எல்லோரும் ஜெஜோவாக மாறுங்கள்

தபசி

வேரல் புக்ஸ் வெளியீட்டு எண்: 72

எல்லோரும் ஜடேஜாவாக மாறுங்கள் * தபசி© * கவிதைகள் *
முதல் பதிப்பு: ஆகஸ்ட் 2023 * பக்கங்கள்: 218 *
வேரல் புக்ஸ் * 6, இரண்டாவது தளம், காவேரி தெரு, சாலிகிராமம், சென்னை – 600093 *
மின்னஞ்சல்: veralbooks2021@gmail.com * தொலைபேசி: 9578764322 *
அட்டைவடிவமைப்பு: லார்க் பாஸ்கரன் * லேஅவுட்: சந்தோஷ் கொளஞ்சி

Ellorum Jadejavaga Marungal * Thabasi© * Poems *
First Edition: August 2023 * Pages: 218 *
Veral Books * No: 6, 2nd Floor, Kaveri Street, Saligramam, Chennai – 600093 *
Email ID: veralbooks2021@gmail.com * Phone: 9578764322 *
Wrapper Designed by: Lark Bhaskaran * Layout Designed by: Santhosh kolanji

Rs. 250

ISBN: 978-81-964126-9-2

நியாயம் கேட்கிறேன்...

இது என் பதினொன்றாவது கவிதைத் தொகுப்பு. இந்த 5 மாத கால அவகாசத்தில் தொடர்ச்சியாகக் கவிதை எழுத முடிந்திருக்கிறது என்னால். முந்தைய தொகுப்புகளை வெளியிட்டபோது உற்சாகமிருந்தது. மிகுந்த எதிர்பார்ப்பும் இருந்தது. இப்போது உற்சாகம் மட்டுமே உள்ளது; பெரிய எதிர்பார்ப்பு எதுவுமில்லை. நவீன கவிதைக்கு என்னால் முடிந்த பங்களிப்பைச் செய்தேன் என்ற மன நிறைவு எப்போதுமே உண்டெனக்கு. நவீன கவிதை சார்ந்த என் புரிதல்களை 'மரபு என்பது நான் - நவீனத்துவம் என்பது என்னிலிருந்து' என்ற கட்டுரை தொகுப்பாக விரைவில் வெளியிடத் திட்டமிட்டுள்ளேன். நவீன கவிதையின் பால் ரசனையும் அக்கறையும் உள்ள அனைவருக்கும் பயனுள்ளதாக இது அமையும்.

இன்றைய கவிதையின் வீச்சை உணர்ந்து கொள்வதென்பது அதிநுட்பமான ஒரு செயல். நவீன கவிதையின் சுதந்திரத்தை உணர்ந்து அதைப் பொறுப்புடன் கையாளவேண்டிய தேவையுள்ளது கவிஞனுக்கு. மிக எளிதாகத் தோன்றும் விஷயம் கவிதை எழுதுவதென்பது. ஆனால் சரியான சொற்கோர்வை சரியான உணர்வைக் கடத்துவதாக இருக்க வேண்டும். இல்லையெனில் கவிதையில்லை அது. சுமாரான கவிதையை ஆயிரம் பேர் எழுதலாம். ஆனால் சரியான கவிதையை ஒரு சிலரால்தான் எழுத முடிகிறது. உயர் அனுபவமும் சரியான மொழிப் புரிதலும் நவீன கவிஞனுக்கு அவசியம். நவீன கவிதை ஒவ்வொரு நாளும் evolve ஆகிக் கொண்டே உள்ளது. வித

விதமான பேசு பொருள்கள் கவிதைக்குள் வந்த வண்ணம் உள்ளன. மொழியும் அதற்கேற்றாற்போல் தன்னைப் புதுப்பித்துக் கொண்டுள்ளது. இவற்றையெல்லாம் கவனமாகக் கையாள வேண்டிய உயர் பொறுப்பிலிருப்பவன் கவிஞன். தரமான கவிதைகளைத் தன் வழியாக மீண்டும் மீண்டும் மீட்டெடுப்பதே கவிதைக்கு அவன் செய்யும் நியாயமாக இருக்க முடியும். நவீன கவிதையின் பால் நான் நியாயமாக உள்ளேனா என்பதை ஊர் சொல்லட்டும்.

இத்தொகுப்பைச் சீரிய முறையில் பதிப்பிக்கும் வேரல் பதிப்பத்தாருக்கு என் நன்றி...

அன்புடன்
தபசி

பொருளடக்கம்

1. இலவச இணைப்பு // 13
2. யார் என்று நினைத்தீர்கள்? // 14
3. ஞாயிறு போற்றுதும் ஞாயிறு போற்றுதும் // 15
4. ஒரே வித்தியாசம்தான் // 16
5. எல்லா நியாயங்களும்... // 17
6. தீவிர சிகிச்சைப் பிரிவிலிருந்து நேரலை // 18
7. வியூகம் // 19
8. நகரத்தைக் கையாளுதல் // 20
9. காணாமல் போவது // 21
10. ஒரே வழி // 22
11. தர்பார் // 23
12. நுனிக் கொம்பு // 24
13. திட்டம் போட்டு... // 25
14. நான்கு வகை // 26
15. சிறப்பு சலுகை // 27
16. காத்திருப்பு // 28
17. சுழலில் சிக்கியவன் // 29
18. ஒரு நவீன கவிஞனின் கவிதை // 31
19. ராஜ்ய சேவை // 33
20. தெளிவு // 34

21. கடல் கவிதைகள்   // 35
22. கனவு அணி   // 38
23. சாதனை   // 39
24. ஒருத்தனாவது...   // 40
25. எவனெவனோ ...   // 41
26. இரண்டாவது கண்ணீர்   // 42
27. இருக்க வேண்டிய இடம் அதுவல்ல   // 43
28. தவ ஒழுக்கம்   // 44
29. குழந்தைப் பருவம்   // 45
30. சரிபாதி   // 46
31. அடுத்த லெவல்   // 47
32. பெரும் சாகசம்   // 48
33. மன்னர் பெருமை   // 49
34. பிறப்பொக்கும்   // 50
35. விசாரணை   // 51
36. பெருங் கொடை   // 52
37. லிக்கரும் லிட்ரேச்சரும்   // 53
38. கொடுப்பதற்கு எதுவுமில்லை   // 54
39. நீங்களும் எழுதலாம்   // 55
40. Me too...   // 56
41. காலக் கணக்கு   // 57
42. கட்டம் பொய் சொல்லாது சார்   // 58
43. நீயா நானா   // 59
44. போய் வந்தவன்   // 60
45. தலைமுறை ரசனை   // 61
46. பூமிக்கு ஒரு ஆபத்தும் இல்லை   // 62

47. எப்போது வேண்டுமானாலும்... // 63
48. சுய புராணம் // 64
49. வன்மையாகக் கண்டிக்கிறோம் // 65
50. தொலைந்த சாம்ராஜ்யம் // 66
51. வாழ்ந்தவர் கோடி // 67
52. இங்கிவனை யான் பெறவே... // 68
53. என்னிடம் இருப்பது // 69
54. சரியில்லையே ... // 70
55. பாதி கற்பனை மீதி யதார்த்தம் // 71
56. எட்டிப் பார்ப்பவர்கள் // 72
57. எங்கிருந்தாலும் எத்தொழில் புரிந்தாலும் // 73
58. கண்ணுக்குத் தெரியாதது // 74
59. நடையெனப்படுவது.. // 75
60. இந்தக் கவிதையில் கற்பனைக்கு இடமில்லை. // 76
61. பாசக்கார பசங்க ... // 77
62. நல்லா சுட்டாங்கய்யா வடை // 78
63. இந்தக் காரணம்தான் // 79
64. வாத்தும் வவுச்சரும்.... // 80
65. அரசாங்கத்துக்கு எதிரான கவிதையல்ல இது // 81
66. பிறகென்ன? // 82
67. வாழ்க மகளே.... // 83
68. அப்பால் // 85
69. ஒரு சோம்பேறிக் கவிஞனின் கூற்று // 86
70. எங்கும் அவர்கள் // 87
71. உவகை // 88
72. என் பாதை // 89

73. முழக்கம் // 90
74. ஒரே வழி // 91
75. கீறல் // 92
76. பிழைத்துப் போ // 93
77. Gen Next // 94
78. பாட்டு // 96
79. குரு வழி // 98
80. ஒரு சொல் // 99
81. நன்னெஞ்சே... // 100
82. ஒருமை // 101
83. எதுவுமற்றவன் // 102
84. சரிக்கு சரி // 103
85. புதையல் // 104
86. அக்கறை // 105
87. நோக்கம் // 106
88. ஆதியும் அந்தமும் // 107
89. இலக்கு // 108
90. என் இடம் // 109
91. இன்றைய சுவை // 110
92. சமூக நீதி // 111
93. தகுதி // 112
94. இது போதாதா? // 113
95. அருளும் பொருளும் // 114
96. விலை போகாதவர்கள் // 115
97. அடுத்த கட்டம் // 116
98. அவதாரம் // 117

99. மேப்பர் // 118

100. கி.பி // 119

101. சத்திய சோதனை // 120

102. சொலல்வல்லன் // 121

103. தொழில் புரிவீர் // 122

104. பெருங் கருணை // 124

105. விருந்து // 125

106. Deal ஆ No Deal ஆ... // 126

107. மாட்டுப் பொங்கல் என்றொரு நாள்... // 128

108. தனிமரம் // 129

109. தமிழ்நாடா? தமிழகமா ? // 130

110. புலவர் பெருமை // 131

111. பாக்கியலட்சுமி – ஒரு இல்லத்தரசியின் கதை // 132

112. துள்ளுவதோ இளமை // 133

113. நமக்கு நாமே // 134

114. நினைப்பது நிறைவேறும் // 135

115. ஒரே நாளில் பிறந்தவர்கள் // 136

116. விளாசல் // 137

117. மாடல் மனிதன் // 138

118. பூரணம் // 139

119. கரைசல் // 140

120. தபசி (எ) புக்கோவ்ஸ்கி // 141

121. வாழ்ந்தவர் வரலாறு // 142

122. அருவினை என்ப உளவோ // 143

123. அடுத்த ஞாயிறு வரை... // 144

124. பற்றுக... // 145

125. இருப்பவர் // 146
126. நன்றாக வந்தாய் // 147
127. கனவல்ல நிஜம் // 148
128. சினிமாவில் என்னமாய் அன்பைப் பொழிகிறார்கள்.... // 149
129. மகராசன் எனப்படுபவன்... // 150
130. யுத்த களம் // 151
131. எல்லாம் ஒன்றுதான் // 152
132. நீண்டு கொண்டே செல்லும் உண்மை.. // 153
133. பிணைப்பு காலம் // 154
134. ஒரு சீசன் கடந்தவர்கள் // 155
135. அவர் அவன் அது கவிதைகள் // 156
136. கண்ணன் கவிதைகள் // 162
137. இப்போதாவது கேட்டாரே... // 165
138. உடலை முறுக்கியது போதும் // 166
139. வசியம் செய்வது எப்படி? // 167
140. அவசியம் பின்பற்றுங்கள் // 168
141. இது போதும் எனக்கு // 169
142. உப்புச் சப்பில்லாத ஒருவனை நண்பனாகப் பெற்றவர்கள் // 170
143. இதுதான் வழி // 171
144. எல்லோரும் ஐடோஜாவாக மாறுங்கள் // 172
145. இங்கிவளை யான் பெறவே. // 173
146. பறந்து கொண்டிருப்பவர்கள் // 174
147. இளமையின் ரகசியம் // 175
148. தயவு செய்து வேண்டாமே // 176
149. அதைச் செய்... இதைச் செய் // 177
150. ஏதாவது ஐடியா கொடுங்க பாஸ் ... // 178

151. நான் பாவமில்லையா? // 179

152. முன்னும் பின்னும் // 180

153. யாருடா நீங்களெல்லாம்... // 181

154. திருவிளையாடல் முற்றுப்பெற்றது // 183

155. உப்புமா படலம் // 185

156. ஏன் இந்த ஆட்டோக்காரர்கள் இவ்வளவு கறாராய் இருக்கிறார்கள்? // 187

157. அனுபவ வேர் // 189

158. அம்மா பேச்சை அநியாயத்துக்குப் பின்பற்றுபவள் // 190

159. பணி நிமித்தம் // 191

160. கொடை // 192

161. இதுபோதும் // 193

162. சட்ட வல்லுநர்களின் கனிவான கவனத்திற்கு // 195

163. பதினெட்டாம் படியென்பது // 196

164. ஒரு வழிப் பாதை // 197

165. நம்பினோர் கெடுவதில்லை // 198

166. கொண்டாட்டம் என்பது உணவில்லை, தவம்... // 199

167. அத்வைதம் என்பது... // 200

168. எங்கே அவர் // 201

இலவச இணைப்பு

காலிஃப்பிளவருடன்
மிளகு சேருமா
மிளகாய்த் தூள் சேருமா
பச்சை மிளகாய் சேருமா
சில்லி flakes சேருமா
என்பதல்ல பிரச்சனை
நான் ஒருபடி மேலே செல்கிறேன்.
யுத்தத்தால்
மக்கள் இறந்து போகிறார்கள்.
பசியால் இறந்து போகிறார்கள்.
மனபாரம் தாங்காமல்
விஷம் குடித்து
இறந்து போகிறார்கள்.
கொக்குகள் கூட்டமாக வந்திறங்கிய ஏரிகள்
கட்டிடங்களாகிவிட்டன.
விவாகரத்து வழக்குகள்
தேங்கிக் கிடக்கும் தேசமிது.
எல்லோரும் சுபிட்சமாக
வாழ்ந்து கொண்டிருப்பதாக
நம்ப வைக்கப்படுகிறார்கள்.
ஏதேனும் ஒரு நம்பிக்கையை ஒருவன்
உறுதியாகப் பற்றிக் கொள்ள வேண்டும்.
அதன் ஒரு பகுதியாகவே
காலிஃப்பிளவரை ருசியாகச் சமைப்பது எப்படி என்ற
இலவச இணைப்புப் புத்தகம் வழங்கப்படுகிறது.

யார் என்று நினைத்தீர்கள்?

சொன்னால் நம்ப மாட்டீர்கள்.
நான் சரியான ஏமாளி.
அரசாங்கம் என்னை ஏமாற்றுவது
ஒருபுறம் இருக்கட்டும்,
கூட இருப்பவர்களே ஏமாற்றுகிறார்கள்.
நண்பர்கள், உறவினர்கள்,
உடன் பணிபுரிவோர் என
ஒரு கூட்டமே இருக்கிறது
என்னை ஏமாற்ற.
நான் ஒரு ஏமாளியென்று
என் நெற்றியிலேயே எழுதி ஒட்டியிருக்கிறது போலும்.
என்னென்ன உத்திகளை கையாளுகிறார்கள்
என்னை ஏமாற்ற..
அப்பாவி போல்முகத்தை வைத்துக்கொண்டு
வருகிறார்கள்.
அவசரத் தேவை என்று வருகிறார்கள்.
என்னைப் போல் யாரும் உண்டா என
என்புகழ்பாடியபடி வருகிறார்கள்.
நான் இளகிய மனம் கொண்டவனல்லவா?
முடிவு?
வேறென்ன?
ஏமாற வேண்டியதுதான்.
யாரிடமெல்லாம் இதுவரை ஏமாந்தேன் என்பதற்கான
குறிப்பொன்று உள்ளது என்னிடம்.
ஒவ்வொரு நபரிடம்
ஒரு முறைக்கு மேல் இதுவரை ஏமாந்ததாய்
சரித்திரமில்லை.
நான் ஒன்றும்
அந்த அளவு ஏமாளியல்ல.

ஞாயிறு போற்றுதும் ஞாயிறு போற்றுதும்

ஞாயிற்றுக்கிழமையை
சிலர்
கர்த்தருக்காக அர்பணிக்கிறார்கள்.
சிலர்
கறி பிரியாணிக்காக.
வேறு சிலரோ
ஊர்ச் சுற்ற
சினிமா பார்க்க.
இன்னும் சிலர்
தண்ணியடிக்க.

நான் என் ஞாயிற்றுக்கிழமையைப்
போற்றுவதோடு சரி.

ஒரே வித்தியாசம்தான்

அரசாங்கத்திடம் பணம் இருக்கிறது.
பதவி இருக்கிறது.
படைபலம் இருக்கிறது.

செல்வாக்கு, அந்தஸ்து,
புகழ், கௌரவம்
மாலை மரியாதை என ஏதேதோ இருக்கிறது.

என்னிடம் எதுவுமில்லை.
காலையில்
படுக்கையிலிருந்து
எழுந்து கொள்வதற்கான
குறைந்தபட்ச சக்தி கூட இல்லை.

எல்லா நியாயங்களும்...

ஒரு நியாயமான அரசாங்கத்தை எதிர்பார்க்கிறேன்.
ஒரு நியாயமான அரசியல்வாதியை எதிர்பார்க்கிறேன்.
ஒரு நியாயமான அதிகாரியை எதிர்பார்க்கிறேன்.
ஒரு நியாயமான வியாபாரியை எதிர்பார்க்கிறேன்.
நியாயமான ஆசைதான் இது என்றாலும்
நியாயத்தை
ஒரு அதிகாரமுமில்லாத
தனி மனிதனிடமே
வெகுவாகக் காண்கிறேன்.

தீவிர சிகிச்சைப் பிரிவிலிருந்து நேரலை

ஜல்லிக் கட்டு
அரசாங்கத்தின் ஆதரவோடு நடைபெறுகிறது.
நிறைய உயிரிழப்புகள்.
அரசாங்கம் பெரிதாகக் கண்டுகொள்வதில்லை.
கள்ளச்சாராயத்திற்கு
அரசாங்கத்தின் ஆதரவு
இல்லவே இல்லை என்கிறார்கள்.
ஆனால் உயிரிழப்புகள்
அரசாங்கத்தைக்
கலவரமடையச் செய்கிறது.
பல்வேறு நிகழ்வுகளில்
தனிமனிதர்கள் சாகிறார்கள்.
இதற்கெல்லாம்
அரசாங்கம் பொறுப்பேற்க முடியுமா என்ன?
தனிமனிதன் சாகலாம்.
தவறொன்றுமில்லை.
ஒரு அரசாங்கமே சாகிறது.
அனுமதிக்கவே முடியாது இதை.

வியூகம்

T20 கிரிக்கெட் போட்டிக்கு இடையே
இரண்டு முறை
strategic time out விடுகிறார்கள்.
வியூகத்திற்கான நேரம்.
வாழ்க்கையிலும் இது போல
Strategic time out தேவைப்படுகிறது.
நிறைய பேர்
முதல் time out ல்
திருமணம் செய்து கொள்கிறார்கள்.
இரண்டாவது time out ல்
யோகா வகுப்புகளுக்குப்
போக ஆரம்பிக்கிறார்கள்.

நகரத்தைக் கையாளுதல்

ஒரு நகரம் போக்கு காட்டுகிறது —
ஒரு கபடி வீரனைப் போல்.
அங்கும் இங்கும் நகர்கிறது.
பார்வையைச் சுழல விடுகிறது.
திடுதிப்பெனப் பாய்கிறது.
துள்ளிக் குதிக்கிறது.
பிடிபடாமல் தப்பித்துச் செல்கிறது.
ஒரு நகரம் சரியான சனியன்.
அதை உங்களால்
ஒன்றுமே செய்ய முடியாது.
எதிர்த்தவர்கள் தோற்றுத் திரும்பி விட்டனர்.
அதனிடம்
சரணடையவும் வழியில்லை.
ஒரு நகரத்தை நேசிக்கத் தொடங்குகிறேன்.
அது விலகிச் செல்கிறது.

காணாமல் போவது

'05.05.2023 அன்று
'சமயபுரம் கோயிலிருக்குச் சென்ற
என் தாயார் காணவில்லை வயது 58
சற்றே மனநிலை நிலை சரியில்லாதவர்' என்ற
சுவரொட்டியை
மூன்று நாட்களாக
பேருந்து நிலையத்தில்
பார்த்துக் கொண்டிருந்தேன்.
இன்று சுவரொட்டியைக் காணவில்லை.
அந்த இடத்தில்
ரியல் எஸ்டேட் பணிக்கு ஆட்கள் தேவை என்ற
சுவரொட்டி ஒட்டப்பட்டிருந்தது.

ஒரே வழி

என்னிடத்தில்
வசந்த காலப் பாடலொன்று உள்ளது.
அதை இப்போது பாட முடியாது.
கோடை காலமல்லவா?
தனிப் பாடலை
கோடை அனுமதிப்பதில்லை.
ஆனால் நாமனைவரும் கோரஸாகப் பாட
பாடல் ஒன்று உள்ளது.
கோடையை எதிர்கொள்ள
இதைவிட
சிறந்த வழி இருப்பதாய்த் தெரியவில்லை.

தர்பார்

லூஸூகளெல்லாம் சேர்ந்து
ஒரு அமைப்பை உருவாக்கினார்.
அதற்குக் கட்சி எனப் பெயரிட்டனர்.
தலைவனாக ஒருவன் தேர்ந்தெடுக்கப்பட்டான்.
அவன் 'லூஸூகளின் தலைவன்'
என்றழைக்கப்பட்டான்.
தேர்தலில் போட்டியிட்டது அக்கட்சி.
என்ன சின்னம் வேண்டுமென
தேர்தல் ஆணையம் கேட்டபோது
'பெர்முடாஸ் கொடுங்கள்.
அதுதான் லூஸாக இருக்கும் 'என்றது ஒரு லூஸூ.
சுற்றியிருந்தவர்கள்
கெக்கபிக்கவெனச் சிரித்தனர்.
மக்களின் ஆதரவைப் பெற்று
ஆட்சியைப் பிடித்தது
லூஸூ கட்சி.
நாளாக நாளாக
குழப்பங்கள் அதிகரித்தன.
அதைத் தூக்கி இங்கே போடு
இதைத் தூக்கி அங்கே போடு என
பருத்தி குடோன் பணிகள் நடைபெற்றன.
வெகுஜனத்தில் ஒருவரான நம்மவர் சொன்னது
யார் காதிலும் விழுந்ததாய்த் தெரியவில்லை
'சரியான லூஸூப் பசங்க
ஆட்சியாயில்ல இருக்கு'

நுனிக் கொம்பு

நான் உங்களிடமிருந்து எதிர்பார்ப்பது
ஒரு Thumbs up emoji மட்டும்.
நீங்கள் என்னடாவென்றால்
ஆஹா ஓஹோவென்று பாராட்டுகிறீர்கள்.
முதுகில் தட்டிக் கொடுக்கிறீர்கள்.
என்னைக் கட்டியணைத்துக் கொள்கிறீர்கள்.
மேடை மீது என்னை நிறுத்தி
என் புகழ் பாடுகிறீர்கள்.
எனக்குக் கூச்சமாக இருக்கிறது.
சோர்வாக இருக்கிறது.
அளவாகச் செயல்படுங்களேன், ப்ளீஸ்.

திட்டம் போட்டு...

தாலி செயினை பறிப்பவர்கள்
இரு சக்கர வாகனத்தில் வருகிறார்கள்.
காரில் வருகிறார்கள்.
காவல்துறை
அவர்களைக் கைது செய்கிறது.
அதுவல்ல பிரச்சனை.
ஒரு பெண்ணின் தாலி
எப்படியெல்லாமோ
காணாமல் போகிறது.
எதற்காகவெல்லாமோ
காணாமல் போகிறது.
அரசாங்கத்திடம்
சில புத்திசாலித்தனமான
திட்டங்கள் உள்ளன.
வேறொரு வழியில்
அது தாலியைப் பறித்துக் கொள்கிறது.
காவல்துறையினரால் எதுவும் செய்ய முடியவில்லை..
தாலியை இழந்த ஒரு பெண்
அழுது கொண்டு நிற்கிறாள்.

நான்கு வகை

சில பெண்கள்
வீட்டை பூந்தோட்டமாக்கி விடுகிறார்கள்.
சிலர்
மியூசியம் போல் செய்கிறார்கள்.
வீட்டையே கோயிலாக மாற்றும் பெண்களும் உண்டு.
ஆபூர்வமான ஒரு சிலரே
ஒரு வீட்டை
நாற்காலியாக மாற்றும்
திறன் பெற்றிருக்கிறார்கள்.

சிறப்பு சலுகை

ஒரு கோடை காலமென்பது
90 நாட்களுக்கு வரையறுக்கப்பட்டுள்ளது.
ஒரு நாளைக்கு 100 டிகிரி என்றால்கூட
9000 டிகிரிகளை அனுமதிக்கலாம்.
சூரியனுக்கு அதற்கெல்லாம் பொறுமையில்லை.
9000 டிகிரியை ஒரே நாளில்
கொட்ட முயற்சி செய்கிறது.
மக்களின் குடை தீப்பிடிக்கிறது.
அவர்கள் உடையும்தான்.
பிறகு சூரியனோடு
ஒரு உடன்படிக்கை செய்து கொள்கிறது அரசாங்கம்.
சூரியனும் சமர்த்தாக
தன் உக்கிரத்தைக் குறைத்துக்கொள்கிறது.
அரசாங்கத்தின் இந்த move
முக்கியத்துவம் வாய்ந்ததாக கணிக்கப்படுகிறது
நிபுணர்களால்.
சூரியன் மேலும் ஒரு சலுகையை அறிவிக்கிறது.
கோடை
89 நாட்களாக மாற்றம் பெறுகிறது.

காத்திருப்பு

எவ்வளவோ பேசிவிட்டேன்.
கேட்க நீங்கள் தயாராயில்லை.
மொழி கசிகிறது.
நான் சொல்ல வேண்டியவைகளைத்
தாமதப்படுத்துகிறேன்.
தங்கள் அனுபவத்தை உரக்கச் சொல்லிக் கைதட்டல்
பெறுகின்றனர் —
புதிதாக எழுத வருவோர்.
நான் அவற்றையெல்லாம்
அப்போதே கடந்து விட்டேன்.
நான் ஒன்று சொல்கிறேன்.
என் கவிதைகளை
உங்கள் பாக்கெட்டில் கொண்டு வந்து
திணிக்க முடியாது.
அது காத்திருக்கிறது.
அள்ளிக் கொள்ளத் தடையில்லை.
எவ்வளவோ பேசி விட்டேன்.
புதிதாக எழுத வருபவன் தாமதப்படுத்துகிறான்.
என் கவிதை நிறைவடைகிறது.

சுழலில் சிக்கியவன்

தன் கை வழியே
குட்டி பூமியைச் சுழலவிடுகிறான்
சுழல் பந்து வீச்சாளன்.
காற்றைக் கிழித்துக் கொண்டு
அண்ட சராசரங்களைக் கடந்து செல்கிறது அப்பந்து.
மட்டையடிப்பவன்
அந்தப் பந்தைக் கண்டு
அஞ்சி நிற்கிறான்.
எதிரியின் கையிலிருக்கும்
வலிமையான ஆயுதம்
அந்தச் சுழல்.
எவ்வளவு எதிரிகள்.
ரவிச்சந்திரன் அஸ்வின்
யுவேந்திர சஹல்
ப்யூஸ் சவ்லா
ரஷீத் கான்
ஜாம்பா
சாண்டர்
ஜடேஜா
ரவி பிஷ்னாய்
ராகுல் சஹர்...

தாக்குப் பிடிக்க முடியவில்லை அவனால்.
அவன் கால்கள் தடுமாறுகின்றன.
கண்கள்
ஏமாற்றுகின்றன அவனை.
நம்ப முடியவில்லை அவனால்.
என்ன நடக்கிறது?
ஸ்டேடியத்தில் பார்வையாளனாய் அமர்ந்திருக்கிறது பூமி.
இதுகாறும்
தான்தான் சுழல்வதில் கில்லாடி
என்று நம்பிக் கொண்டிருந்த அது கைதட்டி
ஆர்ப்பரிக்கிறது.

ஒரு நவீன கவிஞனின் கவிதை

என் கவிதையில்
அழகியல் இருக்கிறது
அரசியல் இருக்கிறது
அறிவியல் இருக்கிறது
சூடான காபி கோப்பையிலிருந்து
ஆவி வெளியேறுவதைப் போல வெளியேறிக்
கொண்டிருக்கிறது
என் கவிதை

என் கவிதையில்
தத்துவம் இருக்கிறது
சமூகவியல் இருக்கிறது
புள்ளியியல் இருக்கிறது
கல்லூரிப் படிப்புக்காகக் கையசைத்து விடைபெறும்
செல்ல மகளாக வெளியேறிக் கொண்டிருக்கிறது
என் கவிதை.

என் கவிதையில்
உளவியல் இருக்கிறது
மேலாண்மை இருக்கிறது
கணிதம் இருக்கிறது
விருப்பமான பழைய பொருட்கள்
விலை போவது போல்
விலகிக் கொண்டிருக்கின்றன
என் கவிதைகள்

என் கவிதையில்
சொற்களும் உள்ளன.
பிரிய மனமின்றி அமர்ந்திருக்கிறோம்
நீங்களும் நானும்.

ராஜ்ய சேவை

ஐம்பத்தைந்து ஆண்டுகளாக
நடைபெறுகிறது கழகங்களின் ஆட்சி.
அரைத்த மாவையே
அரைத்துக் கொண்டிருக்கிறார்கள்.
அவர் இல்லாவிட்டால் என்னவாயிருக்கும்
இவர் இல்லாவிட்டால் என்னவாகியிருக்கும்
என்றெல்லாம் கேட்கிறார்கள்.
யார் இல்லாவிட்டாலும்
பெரிய மாற்றம் எதுவும் இருந்திருக்காது.
1976 ல் இளையராஜா
நுழைந்த பிறகுதான்
திருப்பம் நிகழ்கிறது.
ராஜா மட்டும் இல்லாவிட்டால்
இந்நேரம்
எல்லா கட்சிகளும்
ரௌடிகளின் புகலிடமாய் இருந்திருக்கும்.

தெளிவு

இந்த உலகம் இரு பிரிவாய் இயங்குகிறது
என்கிறார் வள்ளுவர்.
ஒன்று 'திரு'
மற்றொன்று 'தெளிவு'
நானோ தெள்ளியராக மாற
முயற்சி செய்யும் ரகம்.
விடமாட்டார்கள் போலிருக்கிறது.
'வா offer போட்டிருக்கிறோம்.
அதை வாங்கு இதை வாங்கு' என்கிறார்கள்.
Dream 11ஆடு, ரம்மி ஆடு என்கிறார்கள்.
நண்பர்களோ whatsAppல்
சகட்டு மேனிக்கு
எல்லாவற்றையும் forward செய்கிறார்கள்.
Group ஐ விட்டு வெளியே வந்தால்
தெரியாமல் செய்துவிட்டான் போல என
மீண்டும் சேர்த்து விடுகிறார்கள்.
அலுவலகத்திலோ
உழைத்தால்தான் சம்பளம் என்கிறார்கள்.
அரசாங்கம்.
அப்பப்பா..
அதைப் பற்றி பேசாத வரைதான்
நமக்கு நிம்மதி.
ஆக
'திரு' தான் சாத்தியம் போல.
அதை உணர்வதுதான் தெளிவோ?

கடல் கவிதைகள்

1. கால் நனைக்கக் கடலுக்குச் சென்றேன்.
   கடல்
   வெகு தூரத்திலிருந்தது.
   திரும்பிவிட்டேன்.
   கடலுக்கும் பாதிப்பில்லை.

2. கடல்
   ஆடுகிறதா?
   பாடுகிறதா?

3. ஊடல் கொண்ட மனைவி
   கணவனைப்
   படுக்கையிலிருந்து தள்ளிவிடுவதைப் போல்
   ஒரு அலை
   மற்றொரு அலையைத்
   தள்ளி விடுகிறது.

4. ஆற்றுக்கு கரை நிலம்.
   நிலத்துக்குக் கரை கடல்.

5. கடல் கொள்ளையர்கள் என்கிறோம்.
   கடலல்லவா நம்மைக் கொள்ளையடிக்கிறது?

6. யார் சொன்னாலும்
   கடல் கேட்காது

7. திணறுகிறதா கடல்?

8. கடலுக்குள் உப்பைக் கொட்டியவர்கள் யாரென
   காவல்துறை தேடிக் கொண்டிருக்கிறது.

9. கடல் இன்னும் நம்மை விட்டு வைத்திருக்க
   காரணம் என்னவாக இருக்கும்?

10. கடல் மனிதனுக்குப் பாடம்.
    சிலவற்றைத் தக்க வைத்துக்கொள்கிறது,
    சிலவற்றை விலக்கிவிடுகிறது.

11. கடலை அப்படியே சுமந்து செல்லும்
    அந்தப் பறவை என்று வரும்?

12. கடலும் கிழவனும் என்றொரு கதை.
    ஏர்னஸ்ட் ஹெமிங்வே எழுதியது.

13. நமக்கெல்லாம் கடல்
    குமரி தான்.

14. நெடுங்கடல் என்கிறார் வள்ளுவர்.

15. கரை கடந்தவர்கள்
    கடல் பாடுவார்கள்.

கனவு அணி

உங்கள் கனவு அணியைத்
தேர்வு செய்யுங்கள் என்கின்றனர்.
கோடிக்கணக்கான பரிசுகள்
காத்துக்கொண்டிருக்கின்றனவாம்.
எங்கள் அலுவலகத்தில் பலரும்
Dream 11 ஆடுகின்றனர்.
யாருக்கும் இதுவரை
100 ரூபாய்க்கு மேல்
கிடைத்ததாய்த் தெரியவில்லை.
நான் இதை ஆட மாட்டேன்.
எனக்கென ஒரு கனவு அணி இருக்கத்தான் செய்கிறது.
எங்கள் கிராமத்து மைதானத்தில்
சுட்டெரிக்கும் வெயிலில்
சிறுவர்கள் நாங்கள்
ரப்பர் பந்தில் கிரிக்கெட் விளையாடிய அணி அது.
கோடிகள் எனக்கு வேண்டாம்.
ஆட்டம் முடித்து
ஐஸ்காரரிடம் மொத்தமாக வாங்கினோமே
குச்சி ஐஸ், பால் ஐஸ்..
அதன் சுவை நினைவிலேயே வாழ்ந்திடுவேன்.

சாதனை

நாட்டு மக்களையெல்லாம்
நூறு ஆண்டுகாலம் வாழ வைப்பேன் என
அரசாங்கம் சபதமெடுத்தால் சரி
அதை விட்டுவிட்டு
ஆடு தருகிறேன்
மாடு தருகிறேன்
கோழி தருகிறேன்
குதிரை தருகிறேன் என்றால்
என்ன அர்த்தம்?
ஏழையைப் பணக்காரனாக்குவேன்
பணக்காரனை ஏழையாக்குவேன் என்று
பேசுவதெல்லாம்
அரசாங்கத்துக்கு அழகா?
நான் பாருங்கள்
இத்தனை ஆண்டுகள் கவிதை எழுதுகிறேன்,
ஒரு சாதனை விளக்கப் பொதுக்கூட்டம் கூட
நடத்திக் கொண்டதில்லை.
நாடு சுபிட்சமாக
நல்ல மனிதன் உருவாக வேண்டும், முதலில்
அரசாங்கத்துக்கு
அதற்கெல்லாம் ஏது நேரம்?.
அது சமுதாயத்தைத்தானே குறி வைக்கும்.

ஒருத்தனாவது...

அரசாங்கம் சொன்னால்
ஆயிரம் பேர் கேட்கிறார்கள்.
நான் சொன்னால்
ஒரு நாயும்
கேட்க மாட்டேன் என்கிறது.

எவனெவனோ ...

முப்பது ஆண்டு காலம்
கோமாவிலிருந்த தாத்தா கேட்டார்
"எவன்டா இப்ப கவர்மெண்ட்?"
"தாத்தா, உளறாம போய் படுங்க" என்றேன்.
முணுமுணுத்துக் கொண்டே போய்விட்டார்.
நல்லவேளை கோமாவிலிருந்தார்.

இரண்டாவது கண்ணீர்

பெண்கள் தொட்டதற்கெல்லாம் அழுகிறார்கள்.
ஆண்கள் அப்படிச் செய்வதில்லை.
குடிக்கும்போது அழுகிறார்கள்.
மற்றபடி
பிணமாக எடுத்துச் செல்லப்படும் போது
பாதை சரியில்லையே
என்றொரு முறை.

இருக்க வேண்டிய இடம் அதுவல்ல

a)
என்கவிதைகளை
கையெழுத்து பிரதியில் பார்த்தவன் மகிழ்ந்தவன் நான்.
இப்போது என்னடாவென்றால்
unicodeல் இல்லையென்றால்
எடுத்துக்கொள்ளவே மாட்டேன் என்கிறார்கள்.

b)
ஒரு கவிஞன்
தான் எழுதிய கவிதைகளை
தள்ளு வண்டியில்
கொண்டு போய் விற்கிறான்.
பார்ப்பவர்கள்
'என்ன இது' என்கிறார்கள்.
'Poetry in motion' என்று சொல்லி கண்ணடிக்கிறான்..

c)
என் கவிதைப் புத்தகத்தைக்
கட்டிக்கொண்டு உறங்குங்கள்
அல்லது
தீயிட்டுக் கொளுத்துங்கள்.
இப்படிப் புத்தக அலமாரியில் வைத்திருக்கிறீர்களே....

தவ ஒழுக்கம்

குரு அவனுக்கொரு
கண்ணாடி பரிசளித்தார்.
இது உன்னை
உயர்ந்த நிலைக்கு
இட்டுச் செல்லுமென்றார்.
'கண்ணாடியைத் திருப்பாதே'
என்பது மட்டுமே அவர் அறிவுரை.
வீட்டில் வந்து பார்த்தான்.
அவனே அவனுக்கு அழகாகத் தெரிந்தான்.
அவன் உருவம் மட்டுமே
தெரிந்தது அதில்.
நன்றாகத்தான் இருந்தது.
ஒரு நப்பாசை.
என்னதான் பார்ப்போமே?
கண்ணாடியைத் திருப்பினான்.
எல்லாம் தெரிந்தது அதில்.
அழகிகள் வந்தனர்.
மதுரசம் வந்தது.
ரூபாய் நோட்டுகள் தெரிந்தன.
பங்களா, கார், புல் வெளி, உணவுப் பண்டங்கள்,
ஆபரணங்கள் எல்லாம் தெரிந்தன.
பார்க்கப் பார்க்க
ஆசை தீரவில்லை அவனுக்கு.
மீண்டும் தலைகீழாகத் திருப்பினான்.
அவன் உருவம் மட்டுமே தெரிந்தது.
இனியொரு முறை திருப்பினால்
கண்ணாடி உடைந்துவிடும் என்ற ரகசியத்தை குரு
அவனிடம் சொல்லவேயில்லை.

குழந்தைப் பருவம்

நானறிவேன்.
கவிஞனின் உலகம்
மிகக் குறுகியது.
வார்த்தையை
வில்லாக வளைத்து விட்டேன் என
அவன் மார் தட்டிக் கொள்ளலாம்.
ஒரு பலனுமில்லை அதில்.
சொற்கள் அவனைச்
சின்னாபின்னப் படுத்துகின்றன.
ஓயாத மனம் பெருமைக்குரியதா என்ன?
ஒரு ஞானியிடம் போய்ச் சொன்னால் சிரிப்பான்.
'மனம் கொல்' எனச் சொல்லி நகர்ந்து செல்வான்.
கவிஞன்
நடை வண்டி பழகும்
சிறு பிள்ளை.
எப்போது
மாரத்தான் ஓடுவானவன்?

சரிபாதி

ஆயிரம் காதல் கவிதைகள் எழுதினேன்.
எல்லாம் தொலைந்துபோயின.
காதலிகள்
தத்தமது இருப்பிடத்திற்கு
திரும்பிவிட்டனர்.
ஒரு பெரு மழை வந்தது.
தனியாக நின்றேன்.
யார் யாரோ வழி காட்டினார்கள்.
சரியாகத்தான் இருக்கும் எனப்பட்டது.
வேறோரு இடம் பெயர்ந்தேன்.
மாற்று வழி ஏதுமில்லை.
என்னுள் இருக்கும்
பெண்மையைக் கண்டு கொள்வேன்.
நிறைவடைவேன்.

அடுத்த லெவல்

சாக்கடை என்றால்
சுத்தப்படுத்த இறங்கலாம்.
விஷ வாயு கசிகிறது.
ஓடுங்கடா டேய்...

பெரும் சாகசம்

குடியரசு தின விழாவில்
பல சாகசங்கள் நிகழ்த்தப்பட்டன.
வான் சாகசங்கள், வாகன சாகசங்கள்,
அணி வகுப்பு சாகசங்கள்,
கலை நடன சாகசங்கள்,
விருது பெற்ற சாகசங்கள் இப்படி...
நீங்களும் நானும்
எந்த சாகசத்திலும் இல்லை.
வருத்தம் எதுவும் வேண்டாம்...
எவ்வளவோ களேபரங்கள் நடந்து விட்டன நம் வாழ்வில்..
அத்தனையும் மீறி
உயிருடன்தான் இருக்கிறோம்,
இக் கணம் வரை...
வேறென்ன சாகசம் வேண்டும்?

மன்னர் பெருமை

எல்லோரும் இந்நாட்டு மன்னர்தாம்.
என்ன...
யாரங்கே என்று கூப்பிட்டால்
கேட்க நாதியில்லை....

பிறப்பொக்கும்

வேங்கை வனம் என்றொரு புது நாவல்.
எம். கோபாலகிருஷ்ணன் எழுதியது.
தமிழினி வெளியீடு.
ஆனால் என் மனமென்னவோ இன்னும்
வேங்கை வயலிலேயே உள்ளது.
ஒருவன் செய்யும் தொழில்
அவனை வேறுபடுத்திக் காட்டுமென்கிறார் வள்ளுவர்.
யாரெனக் காட்டிவிட்டார்கள்.
என்ன சமுதாயமிது?
யார் தந்த சாபமிது?
உடல் கூசுகிறது.
பகைவனுக்கருள்வாய் என்று பாடிய பாரதி கூட
மன்னித்திருக்க மாட்டான் இதை..
இதோ கண்ணீர் மல்க தனியாய் ஒலிக்கிறது ஒரு குரல்
"அடேய்... மனுஷங்கதானா நீங்களெல்லாம்?
எங்க குலசாமி உங்களுக்கு
நல்ல புத்தி தரட்டுமடா..."

விசாரணை

காதல் மலரும் தேசத்திலிருந்து வருபவன் நான்.
ஆனால் என்னிடம்
எந்தக் காதல் கவிதையும் இல்லை.
இன்றென் நிலத்தில்
அழகிகளுக்கு இடமில்லை.
ஆன்ம விசாரணைக்கான நேரமிது.
இது ஒரு புது வசந்தம்.
அன்றொரு நாள்
என் தோட்டத்திலும் வாசம் இருந்து.
அழகிகள் நிறைந்திருந்தனர்.
மன்னிக்கவும்.
எங்கேதான் அவர்கள்?

பெருங் கொடை

நம் தாய் தந்தையர்கள் கொடையாளிகள்.
உயிர் தந்தார்கள்.
அதற்கு
நன்றி உடையவர்களாக இருப்போம்.
கூடவே வலியையும், வியாதியையும்,
மனக் குழப்பத்தையும் தந்து சென்றுவிட்டார்களே..
வாழ்க்கைக்கு வழிகாட்டியவர்கள்தாம்.
தினம் தினம்
மரணத்தை விரட்டவும்
பழகிக்கொள் என்று சொல்லிவிட்டார்களே...
போகட்டும் இந்தத் தலைமுறையோடு...
சந்ததிகள் திட்டித் தீர்க்கக் கூடாது..

லிக்கரும் லிட்ரேச்சரும்

பொங்கல் திருநாளில்
சென்னை மண்டலத்தில் மட்டும்
ஒரு நாள் டாஸ்மாக் வசூல்
50 கோடி என்கிறது ஒரு புள்ளி விபரம்.
புத்தகத் திருவிழாவில்
16 நாட்களும் சேர்த்து
மொத்தமாகவே 16 கோடி விற்பனையாம்.
ஆக நாளொன்றுக்கு
சராசரியாக ஒரு கோடிமட்டும்.
இதைவிட எளிமையான
ஒரு கேள்வி இருக்கமுடியாது.
நாட்டில்
படிப்பவன் அதிகமா?
குடிப்பவன் அதிகமா?

கொடுப்பதற்கு எதுவுமில்லை

எல்லாம் தெரிந்தவர்கள் போல்
பேசுபவர்களுக்கு மத்தியில்
என்னால்
எதுவும் பேச முடியாதுதான்.
எல்லாம் தெரிந்தவர்கள் போல்
எழுதுபவர்களுக்கு மத்தியில்
என்னால்
எதுவும் எழுத முடியாதுதான்.
எல்லாம் அனுபவித்து விட்டவர்கள் போல்
நடிப்பவர்கள் முன்
என்னால் நடிக்க முடியாதுதான்.
என்னை அறியாமல்,
என்னை உணராமல்
நான் எது செய்தாலும் அது வீண்தான்..
சாறு தராமல்
சக்கையை நான் தருவது தகுமோ?

நீங்களும் எழுதலாம்

நவீன கவிதை எழுதுவது எப்படி என்பது குறித்து
ஒரு பயிற்சிப் பட்டறை ஆரம்பிக்கலாமென உள்ளேன்.
முன் பதிவு செய்து கொள்ளவும்.
கட்டணம் ரூபாய் 1000.
வெளி நாட்டினர் என்றால்
30 டாலர்.
பணத்தைத் தூக்கிக் கொண்டு
பின் பக்க வாசல் வழியாக ஓடும் எண்ணம்
எனக்கில்லை.
முன் வாசல் வழியாகவே போவேன்..
நீங்களே
கவிதை எழுதத் துணிந்துவிட்ட பிறகு
நான் கையில்
நாலு காசு
பார்க்கக்கூடாதா என்ன?

Me too...

நவீனத்துவம் எங்கிருந்து ஆரம்பிக்கிறது எனப்
பலருக்கும் பல குழப்பங்கள்.
பாரதியார் என்கின்றனர் சிலர்.
புதுமைப்பித்தன் மௌனி
என்போரும் உண்டு
இப்போது புதிதாக
கருணாநிதி என்கின்றனர்.
எதற்கு இந்த சச்சரவெல்லாம்?
ஒரு சௌகரியத்தித்திற்காக அது
என்னிடத்திலிருந்தே ஆரம்பிப்பதாக உணர்கிறேன்..
உங்களுக்கும் அது
அப்படியே அமையட்டும்....

காலக் கணக்கு

அப்பா கணக்கு வாத்தியார்
ஆறாம் வகுப்பு படிக்கும் போதே
எட்டாம் வகுப்பு கணக்கு போடுவேன்
ஒரு சிறு தவறு செய்தாலும்
அடி திட்டு தான்
அப்பாவின் நினைவு நாளை அனுசரித்தோம் சென்ற மாதம்
அப்பா இறந்து 22 வருடங்கள் ஆகிவிட்டன என்றேன்
மனைவியிடம்
இல்லை, 23 என்றாள் அவள்
அவள் சொன்னது சரிதான்
அசடு வழிந்தேன்
இன்றுவரை
திட்டிக் கொண்டிருக்கிறார் அப்பா...

கட்டம் பொய் சொல்லாது சார்

நான் சிறுபிள்ளையாக இருந்த போது
என் ஜாதகத்தைப் பார்த்த ஒருவர் சொன்னாராம்.
இவன் வருங்காலத்தில்
பெரிய நவீன கவிஞனாய் வருவான்.
கேட்டவர்களுக்கு ஒன்றும் புரியவில்லை.
இது நடந்தது 1968 ல்.

போன மாதம்
என் ஜாதகத்தை ஒருவரிடம் காட்டினேன்.
அவர் சொன்னார்.
உங்களுக்கு சம்பந்தமில்லாத வேலைய
செஞ்சுகிட்டிருக்கீங்க..
கொஞ்சம் விலகி நில்லுங்க.

நீயா நானா

மாடு பிடி வீரனுக்கு
பெண் தருகிறேன் என்று சொல்ல
எவனுக்காவது தைரியம் இருக்கிறதா?
சும்மா
சைக்கிள், அண்டா, பிளாஸ்டிக் சேர் என்று
போக்கு காட்டிக் கொண்டிருக்கிறார்கள்.
அது இருக்கட்டும்.
மாடு பிடிப்பவனுக்கு
பரிசுப் பொருளெல்லாம் எதுவுமில்லை
கட்டாயம்
திருமணம்தான் செய்ய வேண்டும்
என்று சொல்லுங்கள்.
ஒரு பயலாவது
வாடி வாசல் பக்கம் வருகிறானா என்று பார்ப்போம்.

போய் வந்தவன்

படிப்பதற்காக
ஒரு புத்தகம் எடுத்துக் கொண்டு
மொட்டை மாடி க்குப் போனேன்.
அங்கிருந்து மேகத்துக்கு.
அப்படியே ஆகாயத்துக்கு.
வேற்று கிரகத்துக்கும்.
என்ன ஆதாரம் என்பீர்கள்?
ஒரு ஆதாரமும் இல்லை.
கையில் மொபைலெல்லாம் வைத்திருக்கவில்லை.
வீட்டுக்கு வந்ததும்
மனைவி கேட்டாள்
எங்க போனீங்க?
மொட்டை மாடிக்கு என
முடித்துக் கொண்டேன்...

தலைமுறை ரசனை

அவர்கள் கேட்டார்கள்
துணிவு பார்த்து விட்டீர்களா?
இல்லை
வாரிசு?
இல்லை
வெந்து தணிந்தது காடு?
இல்லை
பிரின்ஸ்?
இல்லை..
பின் என்னதான் பார்த்தீர்கள்?
திருச்சிற்றம்பலம்...
டி.வி.யில் போட்டார்களே...
சிரிக்கிறார்கள் என்னைப் பார்த்து.

நான் கேட்கிறேன்.
நிழல் நிஜமாகிறது பார்த்திருக்கிறீர்களா?
இல்லை.
முள்ளும் மலரும்?
இல்லை..
பன்னீர் புஷ்பங்கள்?
இல்லை
வீடு?
உதடு பிதுக்குகிறார்கள்.
நான் அவர்களுக்காக அழுகிறேன்...

பூமிக்கு ஒரு ஆபத்தும் இல்லை

நேற்று ஒரு கனவு
பூமியை அப்படியே அலேக்காக
யாரோ தூக்கிக் கொண்டு போவதாக.
காலையில் பார்த்தால்
பூமி அப்படியேதான் இருந்தது.

இத்தனைக்கும்
அது சுற்றுவது கூட
எனக்குத் தெரியவேயில்லை.

எப்போது வேண்டுமானாலும்...

ஒரு கட்டடத்துக்கு மேல் மனிதர்கள்
சோர்ந்து விடுகிறார்கள்.
உடலில் தளர்வு வந்துவிடுகிறது.
மனதில் குழப்பம், பயம், எரிச்சல்.
இந்த நிலை
சிலருக்கு
இருபதில் வருகிறது.
சிலருக்கு அறுபதில் வருகிறது.
என் சொந்தக்காரரர் பையன் ஒருவன்.
வயது ஏழு.
அம்மா திட்டி விட்டாள் என்பதற்காக
அவளிடம் சொன்னானாம்
“நான் தூக்கு மாட்டி
சாகப் போறேன் பாரு...”

சுய புராணம்

நான் ஒரு நடிகனாக மாறுவதற்கான சாத்தியக்கூறுகள் குறைவு.
ஒரு வயலின் கலைஞனாகவோ தொழிலதிபராகவோ மாறுவதற்கு வாய்ப்பேயில்லை.
உணவில் ஆர்வமா என்றால் அதுவுமில்லை.
இட்லி, தோசை சாம்பார் ரகம்.
உடுத்துவதோ
கக்கரே முக்கரேவெனயிருக்கும் பேண்ட், சட்டை.
அலுவலகத்தில் பெரிய பெயரெல்லாம் எதுவும் கிடையாது.
ஏதோ வேலை செய்வேன்.
கார் ஓட்டத் தெரியுமென்றாலும்
காரை எடுப்பதில் ஒரு தயக்கம்.
கிரிக்கெட் பார்ப்பேன்.
மனைவி சொன்னால்
ஏதாவது வாங்கி வருவேன்.
வீட்டின் பராமரிப்பு குறித்து
அதிகம் கவலைப்படுவதில்லை.
பக்கத்து வீட்டுக்காரரைப் பார்த்தால்
புன்னகை செய்கிறேன்.
தெரு நாய்களுக்கு பயந்து
மாற்று வழியில் செல்கிறேன்.
சாதனையாளர்களின் பட்டியலில்
என் பெயர் இடம் பெற வாய்ப்பேயில்லை.
மொபைல் பார்க்கிறேன்.
நன்றாக வாங்கிக் கட்டிக் கொள்கிறேன்.

வன்மையாகக் கண்டிக்கிறோம்

இந்த அரசாங்கத்தின் மீது
தீராத கோபம் எனக்கு.
நவீன கவிஞர்களுக்காக
என்னதான் செய்திருக்கிறது அது?
வீட்டில் தொணதொணக்கும்
மனைவிமாரிடமிருந்து
கவிஞர்களைக் காப்பாற்றியிருக்கிறதா ?
அல்லது
கவிஞன்
கவிதை மட்டும் எழுதட்டும்
அவனுக்குப் பென்ஷனாக
மாதம் ஒரு லட்சம் தருகிறேன் எனச் சொல்லியிருக்கிறதா?
திருக்குறளையும் நாலடியாரையும்
போற்றிப் புகழ்வது இருக்கட்டும்.
நவீன கவிதையும் வளர வேண்டாமா?
எங்கள் அப்துல் ஹமீது ஷேக் முகம்மதுவை இந்நேரம்
கவிதைத் துறைக்கான அமைச்சராக்கி
அழகு பார்த்திருக்க வேண்டாமா அது?
நவீன கவிதையை வளர்த்தெடுக்க
ஒரு திட்டமும் இல்லை இந்த அரசின் கைவசம்.
கவிஞர்களே வாருங்கள்...
மெரினாவில் ஒன்று கூடி
உரக்கக் கவிதை வாசிப்போம்.

தொலைந்த சாம்ராஜ்யம்

தண்ணி குடிப்பதற்கு
சமையலறைக்குச் சென்றால் கூட
திட்டுவாள் பாட்டி
"ஆம்பள பையனுக்கு
இங்க என்னடா வேல... "

இன்றோ தனியாளாக
பத்து பேருக்குக் கூட
சமையல் செய்ய முடியும் என்னால்.
பல வீடுகளில் இது போன்ற கதைதான்.
யார் வேண்டுமானாலும் நுழைந்து வெளியேறும்
இடமாகிவிட்டது சமையலறை.

சமையலறை யாரையும் ஒரு போதும்
அடிமைப்படுத்தும் இடமாக இருந்ததில்லை.
இல்லத்தரசியின் சாம்ராஜ்யமாக இருந்தது.
அன்பைப் பொழியும் மாளிகையாக இருந்தது.
காதலும் கருணையும் வழிந்த இருப்பிடமாக இருந்தது.

இன்று அதுவும் போயிற்று..
என்னதான் செய்வதென்று
திருதிருவென விழிக்கிறாள்
இல்லத் தலைவி....

வாழ்ந்தவர் கோடி

திடுதிப்பென
சென்னை புத்தகக் கண்காட்சிக்குள் நுழைகிறார்
எம். ஜி. ஆர்.
கூட்டம் சூழ்ந்து கொள்கிறது அவரை.
பலர் பிறந்தநாள் வாழ்த்து சொல்கின்றனர்.
சிலர் தொட்டுப் பார்க்கின்றனர்.
செல்பி எடுக்க ஒரு கூட்டம்.
என்ன இது என விழிக்கிறார்.
யார் முதலமைச்சர் என்றதற்கு
ஸ்டாலின்,
கருணாநிதியின் மகன்
என்று சொல்லப்படுகிறது.
தலையில் கை வைத்துக் கொள்கிறார்.
அப்போ என் கட்சி என்கிறார்..
இருக்கிறது என்கின்றனர்.
பெருமூச்சு அவரிடமிருந்து.
இது 46 வது புத்தக கண்காட்சி என்றதற்கு
முதல் கண்காட்சி அவர் பதவியிலிருந்த போது
நடந்ததை நினைவு கூர்கிறார்.
போகும்போது
தமிழக வரலாறு கூறும் புத்தகம் ஒன்றை
வாங்கிக் கொள்கிறார்.
அதில்
தன்னுடைய chapter ஐ
கிட்டதட்ட முடித்து விட்டார்கள்
என்றே தோன்றியது அவருக்கு...

இங்கிவனை யான் பெறவே...

கண்ணனைப்போல்
வேறொரு சேவகன் இனி கிடைப்பானா?
எங்கிருந்து கிடைத்தான் பாரதிக்கு?
'காசு பெரிதில்லை...
காதல் பெரிது' என்றுரைக்கும் சேவகன்..

காசுக்காக உழைப்போர் உளர்:
பொருளுக்காக
உழைப்போர் உளர்
பண்டிகை காலவெகுமதிக்காக வருவோர் பலர்;
பார்வையாலே இல்லம் அளந்து
பெருமூச்சுவிடுவார் சிலர்.

கண்ணனுக்கோ பொறாமையில்லை;
வஞ்சனையில்லை;
மனதிற்சூதுவாதில்லை.
உழைப்பாளி புத்திசாலி.
கர்மத்திலே சிரத்தை
பக்தியிலோ யோகம்.

இல்லாதவன் சேவகம் செய்வது
உலக நியதி.
இருப்பவன் அடி பணிகிறான்.
என்ன ஒரு கொடுப்பினை.

என்னிடம் இருப்பது

பெரிய கும்பிடுபோடுவர்களைக் கண்டால்
பயமாயிருக்கிறது.
ஒருமாதிரியாகச் சிரிக்கிறார்கள் அவர்கள்.
என்மேல் அக்கறை உள்ளவர்கள்போல் நடிக்கிறார்கள்.
அவர்கள் சொல்வதை
அப்படியே நம்பிவிட்டேன் என்றே நம்புகிறார்கள்.
நான் அவர்களைக் கைவிட்டுவிட்டால்
ஏமாந்து விடுவார்கள்.
எனவே ஒரு சின்ன கும்பிடுபோட்டு
அவர்களை
நாற்காலியில் அமரவைக்கிறேன்.

சரியில்லையே ...

ஒரு தலைக் காதல் என்கிறோம்.
தலை சரியாக இருந்தால்
காதல் வருமா முதலில்?

பாதி கற்பனை மீதி யதார்த்தம்

கற்பனைக்கு
எட்டு சிறகுகள்.
யதார்த்தத்துக்கோ ஒரு கால் ஊனம்.

எட்டிப் பார்ப்பவர்கள்

எட்டி எட்டிப் பார்க்கிறார்கள்.
எட்டாமலே போய்விடுகிறார்கள்.

எங்கிருந்தாலும் எத்தொழில் புரிந்தாலும்

மேற்குத் தொடர்ச்சி மலையின்
மலையடிவாரப் பள்ளியொன்றில் படித்தேன்.
ராணுவத்துக்கு
மாணவர்களைத் தயார் செய்யும் பள்ளி.
ஆறாம் வகுப்பிலிருந்து
பத்தாம் வகுப்புவரை.
ஹாஸ்டல் வாசம்.
வருடத்துக்கு இரு முறைதான்
வீட்டுக்கு வருவேன்.
சீனியர்கள் ராகிங் செய்வார்கள்.
நிறைய அடி வாங்கியிருக்கிறேன்.
நாங்கள் படித்த காலத்தில்
எம. ஜி. ஆர் முதலமைச்சர்.
பள்ளிக்கும் ஒரு முறை வந்திருக்கிறார்.
இன்று பள்ளியில்
பழைய மாணவர்களின் சங்கமிப்பு தினம்.
நான் செல்லவில்லை.
என்னால் ராணுவத்திற்குச் செல்ல முடியவில்லை.
எந்த எதிரிகளையும்
எதிர்த்துப் போராட முடியவில்லை.
வாழ்க்கை வேறு விதமான கணக்கை வைத்திருக்கிறது
எனக்கு.
ஒருவன் பள்ளி வாழ்க்கையென்பது
அவன் உயிரில் கலந்திருப்பது.
பழைய நட்பென்பது
சுவாசமாகவே இருப்பது.

கண்ணுக்குத் தெரியாதது

யாரும் கேட்டுவிட முடியாதபடி
மெல்லிய குரலில் பேசுகிறேன் உன்னிடம்.
ரகசியக் குரலா என்கிறாய்.
அது குரலல்ல
நம் இருவருக்குமிடையிலான
அசையும் கயிற்றுப் பாலம் என்று
எப்படிச் சொல்வேன் உன்னிடம்?

நடையெனப்படுவது..

குவாக்...
குவாக்....
குவாக்....
குவாக்....
என்றபடி நகர்கிறதென் கவிதை.
நடையும்
வாத்து நடைதான் என்கிறார்கள்

இந்தக் கவிதையில் கற்பனைக்கு இடமில்லை.

நான்கு பசுக்கள் ஒன்று சேர்ந்தால்
சிங்கத்தை விரட்டிவிடலாம்தான்.
ஒரு பசு பஞ்சாபில் உள்ளது.
ஒன்று தமிழ்நாட்டில்.
ஒன்று கொல்கத்தாவில்.
மற்றொன்று பெங்களூருவில்.
என்ன தயக்கம் என்றால்
எல்லா பசுக்களுக்குமே
Starting trouble உள்ளது.
மேலும்
சிங்கம்
பெரிய பிரச்சனை எதுவும் செய்து விடவில்லை.
மனசாட்சியின் குரலுக்கு
செவி சாய்த்தே வாழ்கிறது.

பாசக்கார பசங்க ...

முயல் ஆமை கதையில்
முயல் தூங்கியது என்பதெல்லாம் உண்மைதான்.
ஆனால் அதில் ஒரு twist உள்ளது.
எல்லைக் கோட்டுக்கு அருகே வந்த ஆமை
முயலைத் தட்டி எழுப்பியது.
"வாங்க ஃபிரண்ட்
ரெண்டு பேரும் சேர்ந்து கிராஸ் பண்ணுவோம்"
என்றது.
அப்படியே நடக்க
இருவருக்கும் பரிசு பகிர்ந்தளிக்கப்பட்டது.

நல்லா சுட்டாங்கய்யா வடை

பாட்டியிடமிருந்து
காக்கா வடை தூக்கிக் கொண்டுபோன கதை
ஊருக்கே தெரியும்.
வாயில் வடையை வைத்துக்கொண்டு பாட
காக்கா என்ன பைத்தியமா?
தினமும் திருடும் வடை தானே.
உப்புச் சப்பில்லாத அதை
நரியும் ஒருநாள் சுவைத்துப் பார்க்கட்டுமே என்ற
தாராளகுணம் தான்.

இந்தக் காரணம்தான்

தூங்கும்போது
நிம்மதி பற்றிக் கவலையில்லை.
எனவே
தூக்கம்
முக்கியத்துவம் வாய்ந்ததாகக் கருதப்படுகிறது.

வாத்தும் வவுச்சரும்....

தங்க முட்டையிடும் வாத்தின் கதை முடிந்துவிட்டது. இந்த ஜெனரேஷன் வாத்துகளிடம் கெஞ்சிக் கேட்டால் Gift voucher அளிக்கக் கூடுமவை.

அரசாங்கத்துக்கு எதிரான கவிதையல்ல இது

ஒதுங்குபவனுக்கு
ஒரு இடம்.
பதுங்குபவனுக்கு
பல இடம்.

பிறகென்ன?

மாமிகள் இல்லாத உலகத்தில் மாமாக்கள் இல்லை.
அண்ணிகள் இல்லாத உலகத்தில்
அண்ணன்கள் இல்லை.
தங்கைகள் இல்லாத உலகத்தில்
மச்சான்களும் இல்லை.
சித்தப்பாக்கள் இல்லாத உலகத்தில்
சித்திகளும் இல்லை.
நான் இல்லாத உலகத்தில்
நீங்கள் மட்டும் இருந்து
என்ன செய்யப் போகிறீர்கள்?

வாழ்க மகளே....

இள வயது
அலுவலக உயர் பெண் அதிகாரி
உங்களை
வாய்க்கு வந்தவாறு திட்டும்போது
என்ன செய்வீர்கள்?

'மேடம்' என்று ஆரம்பிபதற்குள்
வாயை மூடச் சொல்லி
உத்தரவு வருகிறது.
நீங்கள் சொல்ல வருவது:
"மேடம், ரொம்பவும் படபடப்பாக இருக்கிறீர்கள்...
கொஞ்சம் தண்ணீர் அருந்துங்கள்..."
"மேடம்... உங்களுக்கு மூச்சு வாங்குகிறது...
கொஞ்சம் ஓய்வெடுங்கள்..."
மேலும்
கர்த்தரின் வாசகமான
தாங்கள் செய்வது இன்ன வென்று தெரியாமல்
செய்கிறார்கள்...
அவர்களை
மன்னித்து விடுங்கள்' என்று.

இன்னும் கொஞ்சம் உரிமையில் சொல்வதென்றால்
"பெண்ணே, எனக்கு ஏறக்குறைய உன் தகப்பன் வயது...
என்னை இப்படிச் சொல்கிறாயே..."
என்றும் ..

அதிகாரத்தின் திரையோ
கண்ணை மறைக்கிறது —
வேறொரு இடத்தில்
ஒரு சொட்டு கண்ணீர்த் துளி
உருண்டோடுவதை அறியாமல்....

அப்பால்

ஆயிரம் கட்டளையிடுகிறீர்கள்.
கவிதையை
அப்படி எழுதாதே
இப்படி எழுதாதே என்று.

எனக்கு அதெல்லாம் தெரியாது.

நான் ஒரு கவிதை எழுதுகிறேன்.
அது
வானத்தைப்
பிய்த்துக் கொண்டு போகிறது...

ஒரு சோம்பேறிக் கவிஞனின் கூற்று

கவிதை சுகத்துக்காக மட்டுமே
கவிதை எழுதுபவர்களில்
நானும் ஒருவன்...
ஒருவர் சொன்னார்
"உங்கள் பெயரைக் கேள்விப்பட்டிருக்கிறேன்...
ஆனால் படித்ததில்லை..."
என்னிடம் தேங்கிக் கிடக்கும்
என் கவிதைத் தொகுப்பை
நான் அவருக்குத் தந்திருக்கலாம்.
விருதுக்கு புத்தகம் அனுப்புங்கள் என்றார் ஒருவர்...
பார்க்கலாம்
என்பதோடு விட்டுவிட்டேன்.
உண்மையில்
நான் ஒரு மகா சோம்பேறி..
சுடச்சுட எடுத்து வாயில் போடும் அல்வா போல்,
முன்னணிகதாநாயகனின் முதல் படக் காட்சி போல்,
பொதுத் தேர்வு மாணவனின் வெற்றி போல்
என் கவிதையை நானே சுவைக்கிறேன்.
மேலும்
என்னைப் பெருமைப்படுத்துவதின் மூலம்
நீங்களும் உங்களைப் பெருமைப்படுத்திக்
கொள்கிறீர்கள் என்பது
நான் சொல்லியா உங்களுக்குத் தெரிய வேண்டும்?

எங்கும் அவர்கள்

அவர்கள் வந்துவிட்டார்கள்.
அவர்கள் நம்மை
வழிப்பறி கொள்ளையர்களாகப் பார்த்தார்கள்.
சோதனை செய்தார்கள்.
வரிப் பணம்கேட்டு மிரட்டினார்கள்.
பூட்ஸ் காலுடன் மிதிக்க வந்தார்கள்.

நாமோ சர்க்கஸ் கோமாளியாகக் குட்டிக்கரணம்
அடித்துக் கொண்டிருக்கிறோம்.
நம்மிடம் ஆயுதம் இல்லை.
படை பலம் இல்லை.
பிளான் A, பிளான் B என எந்த உபாயங்களும் இல்லை.
காலையில் bru காபி குடித்துவிட்டு இரவில்
இளையராஜா மெலடிஸ் கேட்டு உறங்கச் செல்பவர்கள்
நாம்.

சாலையின் போக்குவரத்து நெரிசலில் திணறித் திணறி
சென்று கொண்டிருக்கிறது
EMI யில் நாம் வாங்கிய
இரு சக்கர வாகனம்.

இதோ அவர்கள் வந்துவிட்டார்கள்....

உவகை

இந்தப் பூமியின் காதில்
ஒரு திரி செருகி
வெடிக்கச் செய்வேன்.
தீப்பொறி எங்கும்
சிதறுவது கண்டு
மகிழ்ச்சி கொள்வேன்.

என் பாதை

எனக்கு
பின்னால் குழி பறிப்பவர்களைப் பற்றி
கவலையில்லை.
நான் முன்னே செல்பவன்...

முழக்கம்

நீங்கள் என்னை
ஆதரித்தாலும் சரி
ஆதரிக்காவிட்டாலும் சரி
என் கொடி பறக்கும்
பறை முழங்கும்
பயணம் நீளும்...

ஒரே வழி

தத்துவம் கோலோச்சும் இடத்தில்
ஒரு கவிதை எழுதுகிறேன்.
அதிகாரத்துக்கு எதிராக
ஒரு செடியை நடுகிறேன்.
பொருள் சார் உலகத்தில்
என்னால் செய்ய முடிந்ததெல்லாம்
வானத்தை வெறித்துப் பார்ப்பது மட்டுமே.
அப்பாவிகள் திடீரெனக் காணாமல் போய்விட்ட
இன்றைய பொழுதில்
ஒரு முதியவரை
கைத்தாங்கலாக
அழைத்துச் செல்கிறேன்.
இந்த வாழ்வின் மீதான
என் நம்பிக்கை பொய்த்துவிட்டது.
எனினும்
அற வாழ்வன்றி
வேறொன்றை
கைக்கொளலாகுமோ,
சொல் என் மனமே?

கீறல்

அதிகாரம்
என்னைத் தூங்க விடாமல் செய்கிறது.
உண்மையிலேயே
தூங்க முடியவில்லை என்னால்
என்னைத் தட்டி எழுப்புமது
அலுவலகத்துக்கு விரட்டியடிக்கிறது.
அலுவலகத்தில் மண்டியிட்டு நிற்கிறேன்.
நான் பரவாயில்லை...
எதிரே இருப்பவர்
அடியின் வலி தாளாமல்
மயங்கி விழுகிறார்...
கேண்டின் டீ கொடுத்து
அவரை ஆசுவாசப்படுத்துகின்றனர் —
உடன் பணிபுரிவோர்.
அதிகாரத்துக்கு எதிராக குரலெழுப்புகிறேன்..
சத்தமே வரவில்லை...
வாளைச் சுழற்றுகிறேன்..
என் மீதே கீறல் விழுகிறது...
களைத்துப் போய்
படுக்கையில் விழுகிறேன்.
அரைத் தூக்கத்திலேயே என்னை
எழுப்பி விடுகிறதது.
அலுவலகத்துக்கு விரட்டியடிக்கிறது...

பிழைத்துப் போ

நான் வேண்டுவது
அகிலம் முழுவதையும்.
நீங்களோ
தம்மாதூண்டு
இடத்தைக் கொடுத்துவிட்டு
எடுத்துக்கொள் என்கிறீர்கள்.
நல்லாயிருக்கிறது உங்கள் நியாயம்.
ஓடி விடுங்கள்...
என் ஒரு வாள் வீச்சுக்குக் காணுமா
உங்கள் கோட்டையும் கொத்தளமும்?

Gen Next

அலுவலகத்தில்
ஓவியம் தீட்டினேன்.
ஏதேச்சையாக அந்தப் பக்கம் வந்த அதிகாரி
பாராட்டி விட்டுப் போனார்.
பிறகொரு நாள்
அனைவர் முன்னிலையிலும்
ஒரு பாட்டுப் பாடினேன்.
பிரமாதம் என கைகுலுக்கினார்.
கிதார் வாசித்தேன்;
மிமிக்ரி செய்தேன்;
நாடகம் போட்டேன்.
என் திறமையைக் கண்டு வியந்த நிர்வாகம்
எனக்கு பதவி உயர்வு கொடுத்தது.
கொஞ்ச நாள் ஆனது.
அதிகாரி என்னைக் கூப்பிட்டு
"நீங்கள் போய் விடுங்கள்... உங்கள் இடத்தில்
வேறொருவர் வந்துவிட்டார்" என்றார்.
என்ன சார் இது என்றேன்..
காரணம் —
இவர் இன்னும் திறமைசாலி..
வீடியோ கேம் ஆடுகிறார்;

ஆன் லைன் ரம்மியில் அசத்துகிறார்...
ரயில்வே புக்கிங், ஓட்டல் புக்கிங்,
ஷேர் டிரேடிங் அனைத்தையும்
நிமிடத்தில் செய்து முடித்துவிடுகிறார்.
விசாரித்ததில்
zomotoவில் ஆர்டர் செய்து
அனைவருக்கும் காளான் பிரியாணியும்
கோபி மன்னூரியனும் வாங்கித் தந்தானாம்,
இந்த ராஸ்கல்.
நடந்தே வீடு வந்து சேர்ந்தேன்.
அவனையும்
வீட்டுக்கு அனுப்பும் நாள்வரும்.
அப்போது
காரில் போவான்போல...

பாட்டு

‘அம்மா இங்கே வா வா
ஆசை முத்தம் தா தா ..’
பாடலை கற்றுக் கொள்ள
ஒரு குழந்தைக்கு எவ்வளவு நாட்கள் ஆகும்?
எங்கள் பக்கத்து வீட்டு குழந்தை
ஆறு மாதமாக கற்றுக் கொண்டிருக்கிறது.
ஒவ்வொரு நாளும் அவள் அம்மா
குழந்தையைப்
பக்கத்தில் உட்கார வைத்துக் கொண்டு
சொல்லுடி என்கிறாள்...
அது ஒரு வார்த்தையைச் சொல்கிறது.
அப்புறம் வேறு ஏதோ சொல்கிறது...
அவள் அம்மா கத்துகிறாள்.
மத்ததை எல்லாம் சொல்ற,
இத சொல்றதுக்கு என்னடி...
போட்டு அடிக்கிறாள்... அது அழுகிறது...
ராத்திரி ரெண்டு மணிக்கு
‘அம்மா இங்கே வா வா ‘என ஆரம்பிக்கிறாள்...
எங்கோ நாய் குரைக்கிறது..
வரலண்ணா விடேன்...
குழந்தைய ஏன் இப்படி டார்ச்சர் பண்றே

என்கிறான் கணவன்...
பரவாயில்லமா
குழந்தைதானே என்கின்றனர்
மாமனார், மாமியார்...
விடுவேனா என்கிறாள்.
விஷயம் பூதாகரமாகி
உள்ளூர் அரசியல்வாதியிடம் போனது...
மாவட்ட ஆட்சித் தலைவரிடம்
மனு தரப்பட்டது...
குழந்தைகள் நல அமைப்பினர்
போராட்டத்தில் குதித்தனர்...
இந்திய தூதரகத்திற்கு
அமெரிக்கா, ரஷ்யா, கனடா, போலந்து என
பல நாடுகளிலிருந்து
தொலைபேசி வந்த வண்ணம் இருந்தன...
அவள் விடுவதாயில்லை...
சொல்லுடி.....
மிரட்டுகிறாள்..... கையை ஓங்குகிறாள்....
'அம்மா இங்கே வா... ஆசை முத்தம் தா... தா...' வரை
வந்துவிட்டது குழந்தை....
ம்..... சொல்லுடி...
சீக்கிரம் குழந்தை சொல்லிமுடிக்க வேண்டுமென
என்னோடு சேர்ந்து
நீங்களும் வேண்டிக் கொள்ளுங்களேன்....

குரு வழி

புத்தரைப் பற்றி
பல கதைகள்
உலவுகின்றன நாட்டில்.
நான் எதையும் படிக்கப்போவதில்லை;
நம்பப் போவதில்லை.
கண் மூடி
சும்மா அமர்ந்திருப்பேன்...

ஒரு சொல்

பூமியை இரண்டாகப் பிளக்க
ஒரு கவிதை எழுதுகிறேன்.
நீங்கள் படித்துவிட்டு
'நன்றாகயிருக்கிறது' என்ற
ஒற்றைச் சொல்லோடு
நகர்ந்து விடுகிறீர்கள்.
எனக்கு அவமானமாயிருக்கிறது;
கூச்சமாயிருக்கிறது.
ப்ளீஸ்,
அந்தக் கவிதையை
நான்
திரும்ப எடுத்துக் கொள்கிறேன்.
அதைப் பத்திரமாய்
பூட்டி வைத்துக் கொள்கிறேன்.
இதோ
மின்னலை உற்பத்தி செய்யும் இன்னொரு கவிதை
அனுப்புகிறேன்.
எதுவும் சொல்லாதீர்கள்.
போய்க்கொண்டேயிருங்கள்.

நன்னெஞ்சே...

நான் மனிதர்களை மன்னித்து
வெகு காலமாகிவிட்டது.
'உங்களில் யார்
பாவம் செய்யவில்லையோ அவர்கள்
அவள் மீது கல்லெறியுங்கள்'
என்று ஏசு சொன்னாரே
அந்தக் கூட்டத்தில் நானும் ஒருவன்.
அப்புறம் பல்வேறு காலகட்டத்தில்
பலரை மன்னித்திருக்கிறேன்.
நேற்று பக்கத்து வீட்டுக்காரனையும்.
நான் கோமாளியா இல்லை ஞானியா என்பது
எனக்குத் தெரியாது...
நான் மனிதர்களை மன்னிக்கும் ஒவ்வொரு முறையும்
ஒரு மலர் மலர்கிறது;
சிறு தூறல் விழுகிறது;
காற்று
இதமாய் வீசிச் செல்கிறது....

ஒருமை

உண்மையை எழுத விழைகிறேன்.
அதை
கவிதையாய் எழுதவே முனைகிறேன்.
கவிதையாகாவிட்டாலும் பரவாயில்லை,
உண்மையை எழுதவே விழைகிறேன்.
ஆனாலும்
உண்மை எப்போதும்
கவிதையாகவே மிளிர்கிறது.
உண்மையின் வெற்றி இது;
கவிதையின் வெற்றியும் கூட அல்லவா?

எதுவுமற்றவன்

ஒரு விவசாயி
தன் விளை நிலத்தில்
விதைகளைத் தூவுகிறான்.
ஒரு கவிஞனாக
நானோ
சொற்களைத் தூவுகிறேன்.
விவசாயிக்காவது
ஏதோ ஒரு மகசூலுக்கான
உத்தரவாதம் உள்ளது..
எனக்கு எதுவுமில்லை...
மேலும் தூவிச் செல்கிறேன்...
காலம் இன்னொரு அடி எடுத்து
முன் நகர்கிறது...

சரிக்கு சரி

பெண்கள்
நாய் வளர்ப்பதில்
ஆர்வம் காட்டுகிறார்கள்.
ஆண்களில் சிலருக்கும் கூட விருப்பமுள்ளது இதில்.
எனக்கோ நாய் வளர்ப்பில்
எந்த ஆர்வமுமில்லை..
அதைக் கண்டாலே அலர்ஜி..
ஆனால் எனக்குமொரு
சிறு விருப்பமுண்டு.
எப்போது பார்த்தாலும்
நாய் போலக் குரைக்கும்
என் அதிகாரி முன்
நானும்
ஒரு கணமேனும்
நாயாக உருமாற வேண்டும்.
ஓட ஓட விரட்டிக் குதற வேண்டும்...

புதையல்

நாவலாசிரியர்களும் சிறுகதையாசிரியர்களும்
தங்கத்திலும் பணத்திலும்
பரிவர்த்தனை செய்பவர்கள்.
கவிஞனோ
கிரிப்டோ கரன்சியில் நுழைந்துவிட்டவன்.
எதை எங்கே எப்படிக் கண்டெடுப்பான் எனத்
தெரியாது.
அடித்தால் ஜாக்பாட்தான்.
மாய வலைத் தளத்துள் நுழைந்து
போய்க்கொண்டேயிருக்கிறான்.

அக்கறை

ஒரு கவிஞனை
போற்றிப் பாதுகாக்கத் தெரியாத
இந்தச் சமுதாயம்
அழிந்து போகட்டுமெனச்
சாபமிடுகிறான் கவிஞன்.
அவனை அறிந்தவர்களுக்கு மட்டுமே தெரியும் —
அவை வெறும் சொற்களே என;
சமுதாயத்தின் மீதான
அவன் கரிசனம்தான் என்னேவென...

நோக்கம்

ஒரு கவிஞனாக
என்னை நான் மறைத்துக்கொள்ள
ஆயிரம் காரணங்களுண்டு
ஆனால்,
நான் வெளிப்படுவதற்கு
ஒரேயொரு காரணம் —
உங்கள் மீதான என் அன்பு மட்டுமே.
நானும் நீங்களும்
ஒரே தளத்தில் பயணக்கிறோம் என்பதே
ஆனந்தமாயிருக்கிறது எனக்கு.

ஆதியும் அந்தமும்

ஆயிரம் கவிதைகள் எழுதிய கவிஞனுக்குப்
பாராட்டு விழா எடுத்தார்கள்.
ஒருவர் கேட்கிறார்
"எது உங்கள் முதல் கவிதை...
எது உங்களது ஆயிரமாவது கவிதை..."
விழிக்கிறான் கவிஞன்

இலக்கு

எப்படியாவது
பந்தைக் கடத்திக் கொண்டு போய்
கோலடிக்க வேண்டும் என்பதே
ஒரு கால்பந்து வீரனின் லட்சியமாயிருக்கிறது.

எப்படியோ வாழவைத்துக்
கடைசியில் மனிதர்களைச்
சாகடிக்க வேண்டும் என்பதே
கடவுளின் லட்சியமாயிருக்கிறது....

என் இடம்

நவீனக் கவிஞர்கள் என அறியப்படுபவர்களில்
தொண்ணூறு சதவீதம்
தண்ணி அடிக்கிறார்கள்.
நான் அடிப்பதில்லை.
பலரும் புகை பிடிக்கிறார்கள்.
எனக்கந்தப் பழக்கமில்லை.
தோழிகளிடம்
மணிக்கணக்கில் உரையாடுகின்றனர் சிலர்.
எனக்கு அப்படி யாருமில்லை.
பலரும் ஏதேதோ விருது வாங்கி விட்டனர்.
எனக்கிதுவரை ஒரு விருதும் கிடைத்ததில்லை.
பத்திரிகைகள், பதிப்பகங்கள் எனத்
தொடர்பு ஏற்படுத்தி வெற்றியடைகின்றனர் சிலர்.
நான் அதற்கெல்லாம் லாயக்கில்லை.
வேறு சிலரோ முகநூலில்
ஆயிரக்கணக்கானோர்
தொடர பதிவேற்றம் செய்கின்றனர்.
என் கணக்கில் இருப்பதோ
வெறும் 206 நண்பர்கள் மட்டும்.
பல கவிஞர்கள்
மேடையில்
சரளமாகப் பேசுகின்றனர்.
எனக்கோ
அந்தத் திறமையும் கிடையாது.
அவர்கள் கொடி உச்சத்தில் பறக்கிறது.
நான்
கை கூப்பி நகர்ந்து செல்கிறேன்.

இன்றைய சுவை

அமுதமும் நஞ்சுமாக
நகர்கிறது வாழ்க்கை..
'இப்படியோர் தாலாட்டு பாடவா...'
ஜானகி குரலில் கேட்கும்போது
இதையும் மீறி ஒரு வாழ்க்கையா
எனக் குளிர்ந்து போகிறேன்.
காரணமில்லாமல்
உயரதிகாரி திட்டும் போது
'அடச்சீ' என்றாகிவிடுகிறது.
எனக்காக ஆசீர்வாதத்தை எங்கு எப்படிக்
கைப்பற்றுவது எனத் தெரியவில்லை.
'தனக்குவமை இல்லாதான் தாள் சேர்' என்கிறார்
வள்ளுவர்.
அவன் தாள் பணிவதற்குள்
ஆயிரம் வேலைகள்.
வெங்காயம், தக்காளியென்ன
வீட்டிலா விளைகிறது?
அப்படியே விளைந்தாலும்
நாம் தானே அதைப் பறிக்க வேண்டும்?
ஆசுவாசப்படுத்திக்கொள்ள
ஒரு காஃபி குடிக்கிறேன்.
கிட்டத்தட்ட வாழ்க்கையைப் போலத்தான்
இந்த காஃபியும்.
அமுதமா நஞ்சா என்று
ஆராய்ச்சியாளர்களால்
கூட கண்டுபிடிக்க முடியவில்லை....

சமூக நீதி

ஆடு மாடுகளை
பலி கொடுக்கும் ஊர் இது.
மனிதர்களும் விதிவிலக்கல்ல.
கண்முன்னே வெட்டிச் சாய்க்கிறார்கள்.
நான் உடலை மட்டும் சொல்லவில்லை
ஒருவன் மனதை,
அவன் கனவை,
லட்சியத்தை...
நீங்கள் பொறுப்பானவனாக
வாழ வேண்டுமென்பது
சமுதாயத்தின் கட்டளை.
'பொறுப்பு' என்பது
நாகரிகமான வார்த்தை
'அடிமை' என்றால்
கோபித்துக் கொள்வீர்கள்.
சுய சிந்தனை சமூகத் துரோகம்.
பலி கொடுக்கத் தயாராகுங்கள்.
பீனிக்ஸ் பறவை போல் உயிர்த்தெழலாம்.
அது உங்கள் சாமர்த்தியம்.
அப்போதும் வெட்டிச் சாய்ப்பார்கள்.

தகுதி

எனக்கும்
ஆன்மீகவாதிகளைப் பிடிக்கும்.
அவர்கள் சிந்தனை பிடிக்கும்.
அவர்கள் கருத்துக்கள் பிடிக்கும்.
அவர்கள் பொறுமை பிடிக்கும்.
அவர்கள் உற்சாகம் பிடிக்கும் .
அவர்கள் சொல் வன்மை பிடிக்கும்.
அவர்கள் நகைச்சுவையுணர்வு பிடிக்கும்.
அவர்கள் காட்டும்
மானுட நேயம் பிடிக்கும்.
ஆயினும்
பற்றற்றோம் எனக்கூறி
படிற்றொழுக்கம் பயிலா
அந்த ஆன்மீகவாதிகளை மட்டுமே பிடிக்கும்.

இது போதாதா?

என்னுடைய நாட்டுப்பற்றை நிரூபிக்க
என்னால்
முடிந்ததை யெல்லாம் செய்கிறேன்.
தேசிய கீதம் கேட்டால்
விறைப்பாக எழுந்து நிற்கிறேன்.
ஒழுங்காக வரி கட்டுகிறேன்.
விளையாட்டுப் போட்டிகளில்
இந்தியா ஜெயித்தால்
கை தட்டி மகிழ்கிறேன்.
வெளி நாட்டு பொருட்களை
முடிந்தவரை தவிர்க்கிறேன்.
கொடி நாளுக்கு
என்னாலான உதவி செய்கிறேன்.
காந்தியைப் போல்
அவ்வளவு தேசப் பற்றுள்ளவன்
இல்லை நான்.
யாரோ ஒரு மனிதனுக்கு
உடை இல்லை என்பதற்காக
ஒற்றை ஆடையில் வாழ்ந்த மனிதரல்லவா....
வேறு சிலரைப் போல்
விலை மதிக்க முடியாத பொருட்களை
என் வசம் வைத்துக்கொண்டு
என் தேசப் பற்றை
நிரூபிக்க முடியாது.
மன்னிக்கவும்.
கைவசமுள்ள
ஆதார் அட்டை ஒன்று போதாதா?
என் நாட்டுப்பற்றை மீண்டும் மீண்டும் நான் நிரூபிக்க.

அருளும் பொருளும்

ஒரு கவிஞனால்
அரசியல்வாதியைப் போல்
எதையாவது உளறிக் கொண்டு
வாழ முடியாது.
அவன் வார்த்தையில் கற்பனையிருக்கலாம்.
பொய் இருக்கலாகாது.
அதை உயர்த்துகிறேன்
இதை உயர்த்துகிறேன் பேர்வழியென
ஒவ்வொரு அரசியல்வாதியும்
தத்தமது சொத்து மதிப்பை
உயர்த்திக் கொண்டதுதான் மிச்சம்.
கவிஞனின் பார்வையோ தெளிவானது.
முதலில், அவன் உருப்பட வேண்டும்.
இறையருளும் இறையாற்றலும்
அவனுள் பாய்ந்தோடவேண்டும்.
வாழ்வின் உண்மைகளை
உரக்கச் சொல்லும் தைரியமே
அவன் பலம்
அரசியல்வாதியைப் போல்
தேனாறும் பாலாறும் ஓட வைப்பதாக
வாக்குறுதிகளை அள்ளி வீசுவது
அவன் வேலையல்ல.
ஒரு கவிஞனை
நாட்டை ஆள விடுங்கள்.
அவன் தெய்வீகத் தன்மை
குறைந்த பட்சம்
அவன் கையெழுத்திடும்
கோப்புகளின் வாயிலாகவாவது
நாட்டு மக்களைச் சென்றடையட்டும்.

விலை போகாதவர்கள்

தமிழ்க் கவிஞர்களை
ஏலம் எடுக்கும் போட்டி தொடங்கியது.
ஐந்தாறு பதிப்பகத்தினர் மட்டுமே வந்திருந்தனர்.
கவிஞர்களின் எண்ணிக்கையோ
பல ஆயிரம்.
போட்டி தொடங்கியது..
சொற்பத் தொகைக்கு
அந்தந்த பதிப்பகங்கள்
அவரவருடைய கவிஞர்களை
எடுத்துக் கொண்டனர்.
மூத்த கவிஞர் ஒருவர்...
முப்பது ஆண்டுகளாய் எழுதுபவர்...
ஒருவரும் எடுக்க முன் வரவில்லை...
'கவிதை யெல்லாம் விலை போகாதுங்க.'
'எவன் நஷ்டப்படறது...?'
'கட்டுரை... நாவல்...லைப்ரரி ஆர்டர் வாங்கிடலாம்..
கவிதை தர மாட்டாங்க...' ஏதேதோ சாக்கு போக்கு..
பெண் கவிஞர்கள் சிலருக்கு
டிமாண்ட் இருந்தது..
பாதி ஆண் கவிஞர்கள் தண்ணியடித்துவிட்டு
சுருண்டு போய்ப் படுத்து விட்டனர்
தமிழ்க் கவிதையின் தொன்மம் குறித்து ஒருவர் பேச
தமிழ்க் கவிதைக்கு
சிறப்பான எதிர்காலமுண்டு
என்றார் இன்னொருவர்.
'கவிதை வாழ்க' என்ற
முழக்கத்துடன்
ஏலம் இனிதே நிறைவடைந்தது...

அடுத்த கட்டம்

கலைஞனுக்கும்
ஆன்மீகவாதிக்குமுள்ள
மிகப் பெரும் வேறுபாடு இதுதான்.
ஒழுக்கத்தின் பால் விழைவு கொண்டு
ஒழுக்கத்துடன்
சமரசம் செய்துகொள்வான் கலைஞன்.

ஆன்மீகவாதியிடம்
அந்தப் பேச்சுக்கே இடமில்லை.
ஒழுக்கத்துக்குக் கட்டுப்பட்டவன் அவன்.
மாற்று வழி ஏதும் கிடையாதவனுக்கு.

கலைஞனின் பெருமை
இரண்டாம் தரமே...

அவதாரம்

ஏசு
மாட்டுக் கொட்டகையில் பிறந்ததாக
வரலாறு சொல்கிறது.
நான்
மாட்டுக் கொட்டகையிலெல்லாம் பிறக்கவில்லை.
நல்ல தனியார் மருத்துவமனை ஒன்றில்தான் பிறந்தேன்.
ஒரு விதத்தில்
நானும் அவரும் ஒன்றுதான்.
அவர் காலத்தில்
அவர் சொன்னதை
ஒரு பயல் கேட்கவில்லை.
என் நிலையும் அதுவே.

மேய்ப்பர்

கர்த்தர் நல்ல மேய்ப்பராக இருக்கிறார்.
எங்கள் உயரதிகாரியும் ஒரு மேய்ப்பரே.
என்ன...
கர்த்தர் கனிவுடன் வழி நடத்துகிறார்.
இவனோ காட்டுக் கத்தாய் கத்துகிறான்...

கி.பி

தேவன் பிறந்து
2023ஆண்டுகள் ஆகிவிட்டன.
ஒரு மாற்றமுமில்லை.
சொல்லப்போனால்
நிலைமை இன்னும் மோசமாகி விட்டது.
அன்றாவது
அடுத்தவன் பாவத்தைச் சுமக்க
அவர் இருந்தார்.
இன்று
அவனவன் பாவத்தை
அவனவனே சுமக்க வேண்டியதுதான்.

சத்திய சோதனை

ஏசு அவர் காலத்தில்
சத்தியத்தைப் பேசினார் என்பது தவிர
வேறெதுவும் செய்யவில்லை.
சத்தியத்தின்
வீரியத்தை உணர்ந்தவர்கள் பயந்தார்கள்
அவரைத் துன்புறுத்தினார்கள்.
இந்தக் காலத்தில்
நீங்கள் எவ்வளவு உண்மையை வேண்டுமானாலும்
சொல்லிக்கொண்டே போகலாம்.
ஒருவரும் கண்டுகொள்ளப்போவதில்லை.
பொய் காடாக வளர்ந்துள்ளது.
உண்மை தீப்பொறியை
ஊதி அணைத்துவிட்டு
உங்களைப் பார்த்துச் சிரிப்பார்கள்.

சொலல்வல்லன்

பேசத் தெரிந்தவர்களே
இந்த உலகத்தை
வெற்றி கொள்கிறார்கள்.
அது அரசியல்வாதியாக இருந்தாலும் சரி
இலக்கியவாதியாக இருந்தாலும் சரி.
என்ன தெரிந்திருக்கிறது என்பது முக்கியமல்ல.
அடித்துப் பேச வேண்டும்.
உரத்துப் பேச வேண்டும்.
பிறர் கவனம் தன் மேல் கவிழும்படி
வசீகரமாகப் பேச வேண்டும்.
வள்ளுவர்
ஒரு இடத்தில் பேசு என்கிறார்.
மற்றொரு இடத்தில் பேசாதே என்கிறார்.
அதையெல்லாம் யோசிக்க நேரமில்லை.
பேசியாக வேண்டும்.
நானோ இதற்கு
சற்றும் லாயக்கற்றவன்.
'பேசுவதால் என்ன பயன் ?
அனுபவத்தால் பேரின்பம் காண்பதுவே ஞானம்'
என்கிறான் பாரதி.
அப்படி பேரின்பம்தான் வாய்த்துவிட்டதா என்றால்
அதுவுமில்லை.
பேசாமல் நகர்கிறேன்.
பேசுவோர் பெருமையை
இந்த உலகம் பேசிக் களிக்கட்டும்.....

தொழில் புரிவீர்

இந்தக் காலத்தில்
கவிஞனென அறியப்படுபவன்
வேறு தொழில்கள் செய்துபிழைக்கலாம்.
சினிமாவுக்குப் பாட்டெழுதப் போகலாம்.
வட்டிக் கடை வைக்கலாம்.
பிளம்பிங் வேலை செய்யலாம்.
அரசாங்க உத்தியோகம் பார்க்கலாம்.
பாரதி காலத்தில்
அவனுக்கு வேலையே
கவிதை செய்வதுதான்.
பிறரைப்
பல தொழில்கள் செய்யச் சொன்னவன்தான்.
அவன் சொல்கிறான்
'எமக்குத் தொழில் கவிதை..'
சுதந்திர தாகமும்
ஞானச் செறுக்கும் கொண்டவன்
பின் எப்படிப் பாட முடியும்?
கையில் கவிதைகளை வைத்துக்கொண்டு
பித்துப்பிடித்தவன்
சுற்றித் திரிகிறான்.
இந்தியா சுதந்திரம் பெற்றிருந்தாலாவது
நிம்மதியாய்ப் போய்ச் சேர்ந்திருப்பான்.

கவிதைக்காக வாழ்ந்தவர்
பலரிருக்க
கவிதைக்காகச் செத்தவன் அவன்.
நவீனக் கவிஞர்களே...
என்ன செய்கிறீர்கள்?
காட்டைச் சாம்பலாக்க
நீங்கள் கண்ட கனவு போதும்.
ஒரு செடியை நடுங்கள், முதலில்...

பெருங் கருணை

'கண்ணோட்டம் இல்லாதோர்
முகத்தில் புண் உடையவர்' என்கிறார் வள்ளுவர்.
'வாடிய பயிரைக் கண்ட போதெல்லாம் வாடினேன்'
என்கிறார் வள்ளலார்.
'தின்ன வரும் புலிதனையும்
அன்போடு சிந்தையிற் போற்றுவாய்'
என்கிறான் பாரதி.
ஒன்றாவது தேறுகிறதா?
அதிகாரமும், சுரண்டலும்,
சுய நலமும், பழியுணர்வும்,
நயவஞ்சகமும் பெருகிவிட்ட வாழ்வில்
கண்ணோட்டமாவது மண்ணாங்கட்டியாவது?
அரசாங்கம், அரசியல்வாதி, அதிகாரி, முதலாளி
ஒருவரும் விதிவிலக்கல்ல... 'உழைப்புக்கு வெகுமதி'...
'லாபத்தில் பங்கு'...
புதுப்புது சொற்றொடர்கள்....
கரண்சியால் நிர்ணயிக்கப்படும் வாழ்வில்
கருணைக்கு என்ன வேலை?
மனிதன் விட்டுவிட்டாலென்ன?
இறை கருணையால் அல்லவா
இன்னமும் இயங்குகிறது இவ்வுலகம்...

விருந்து

எங்கள் உயரதிகாரி ஒரு பெண்.
நல்ல மேய்ப்பர் அவர்.
நாங்கள் யாரும்
வழி தவறிச் சென்று விடக்கூடாது என்பதில்
மிகுந்த அக்கறை அவருக்கு.
ஒரு நாள் என்னைத்
தனியாக அழைத்து
வாஞ்சையுடன்
தடவிக் கொடுத்தார்.
'வரும் ஞாயிறன்று உறவினர்கள் பலர் வருகின்றனர்.
மதிய விருந்துக்கு
நீயும் வருகிறாயா?'என்றார்.
பார்த்தேன்.
மேய்ப்பர் கண்ணயர்ந்த சமயம்.
கம்பி நீட்டி விட்டேன்.

Deal ஆ, No Deal ஆ...

வருங்கால காதல் கதை இதுதான்.
கண்டதும் காதல்
பிடித்ததனால்காதல்
என்ற பேச்சுக்கெல்லாம் இடமில்லை..
ஒரு உடன்படிக்கை மூலமாகவே
காதல் முடிவு செய்யப்படும்.
எழுத்து பூர்வமான உத்திரவாதம் தேவை.
நேர்முகத் தேர்வும் இருக்கலாம்.
காதல் தேவையை உணர்த்த
உடலில் பொருத்தப்பட்டிருக்கும் chip
பயன்படுத்தப்படும்.
உருகி உருகி காதல் கவிதை எழுதி
நேரத்தை வீணாக்குபவனைக்
கழற்றி விடுவதற்கான சாத்தியக் கூறுகள் அதிகம்.
Love quotient (LQ)
அவ்வப்போது அளக்கப்படும்.
இந்த இதயத்தைக்
காதல் சின்னமாகக் காட்டி
இதுநாள்வரை நம்மை
முட்டாளாய் வைத்திருந்தது போதும்.
தாடி வளர்ப்பது, தண்ணியடிப்பதெல்லாம்
Old fashion. .
காதல் தோல்வி என்ற பேச்சுக்கே இடமில்லை.

புனிதமான காதலாம்.
புனிதமாவது புடலங்காயாவது...
Love is blind என்று
எவனாவது சொன்னால்
ஓங்கி அவன் கன்னத்தில்
ஒரு அறை விடுங்கள்.
Love is not meant for stupid people,
it is for intelligent people
என்று உரக்கச் சொல்லுங்கள்.
இந்த business offer
உங்களுக்குப் பிடித்திருந்தால் மட்டுமே
OK சொல்லுங்கள்.

மாட்டுப் பொங்கல் என்றொரு நாள்...

மாட்டுப் பொங்கலன்று
வீட்டு மாடுகளுக்கு
நான்தான் வர்ணம் தீட்டுவேன் என அடம் பிடிப்பேன்
அப்பாவிடம்சிறு வயதில்.
மாடு முட்டிடும் என்பார் அவர்..
மாமாவிடம்
மாட்டைப் பிடித்துக் கொள்ளச் சொல்வார்.
ஒவ்வொரு கொம்புக்கும்
பல வர்ணம் தீட்டி மகிழ்வேன்.
மாமா சிரிப்பார்.
மாட்டுக்கு படையல் போடுவாள் பாட்டி.
மாலையில்
இரட்டை மாட்டு வண்டியில் ஊர்வலம் போவோம்..
சித்தப்பா
வண்டியைவிரட்டுவார்.
ஓவெனச் சத்தம் போடடுவோம் பையன்கள் நாங்கள்.

இன்று வீட்டில்
மாடுகள் எதுவும் இல்லை.
அப்பா, பாட்டி, மாமா எல்லோரும் போய்விட்டார்கள்.
தெரு வெறிச்சோடி விட்டது.
கைபேசி வழியாக
Happy மாட்டுப் பொங்கல்
சொல்லிக் கொண்டிருக்கிறேன்.

வர்ணங்கள் இருந்த
காலமொன்று இருந்தது. ..

தனிமரம்

வந்த நண்பர் கேட்டார்:
நீங்க நவீன கவிஞர் தானே ? ‘
அப்படித்தான் சொல்லிக்கறாங்க... ‘
எந்த குரூப் நீங்க ?
‘குரூப்பா ? ‘
‘ஆமாம் சார்.. தேவதேவன், விக்கிரமாதித்யன்,
மனுஷ்யபுத்திரன், இளங்கோ கிருஷ்ணன், புதுசா
வந்திருக்கிற நரன் இப்படி...’
‘நான் எந்த குரூப்லயும் இல்ல... கவிதை எழுதறேன்,
அவ்வளவுதான்...’
தாரளமா எழுதுங்க சார்.. வேணாம்னா சொல்றோம்..
ஆனா ஏதாவது குரூப்ல சேருங்க..
அப்பதான் கௌரவம், மரியாதை, அந்தஸ்து எல்லாம்... ‘
விட மாட்டார் போலிருந்தது..
‘உறுப்பினர் சேர்க்கை படிவம் தரட்டுமா ?“
ஓ.. இதெல்லாம் வேறு இருக்கிறதா ?’
‘ஒரு கேள்வி கேட்கட்டுமா ? ‘
‘தாரளமா.. ‘
‘நான் ஒரு குரூப் ஆரம்பிக்கலாமா ?’
‘ஆரம்பிங்க... ஆனா ஒரு பய சேர மாட்டான்...
தனி மரம் தோப்பாகாது, தெரிஞ்சுக்கங்க... ’
நண்பர் போய்விட்டார்...
அவர் கொடுத்த
விண்ணப்பப் படிவம்
காற்றில் படபடத்துக் கொண்டிருக்கிறது....

தமிழ்நாடா? தமிழகமா?

உண்ணாவிரதம் இருந்து
ஆளுக்கு ஆள்
மாநிலத்தையே பிரித்து
வாங்கிக் கொண்டனர்.
தமிழ்நாட்டில் என்ன அப்படியா நடக்கிறது?
வட தமிழ்நாடு, தென் தமிழ்நாடு என யாராவது
பிரிக்கச் சொல்லி போராடினார்களா?
அல்லது கொங்கு மண்டலத்துக்கு
தனி அந்தஸ்து கேட்டார்களா?
பாதி வேலைகள் வடநாட்டார் வசம் போய்விட்டது.
தெருவுக்குத் தெரு இந்தி பேசும் குடும்பங்கள்
வந்துவிட்டன.
சிவனேயென இருக்கும் தமிழனை
சீண்டிப்பார்க்கிறார்கள்.
தமிழ்நாடு என்பதென்ன
வெறும் பெயரா?
சரித்திரமல்லவா?
ஐயா பெரியவரே,
எல்லாவற்றையும்தான்
பிடுங்கிக் கொண்டீர்கள்.
பெயரையாவது விட்டு வையுங்களேன்..

புலவர் பெருமை

போகித் திருநாளாம் இன்று
ஆயுதமேந்திய புலவர்கள்
காஞ்சிபுரம்
வலங்கைமான்
அவிநாசி
குளித்தலை
காரைக்குடி
சங்கரன் கோயில்
அருப்புக்கோட்டை
வள்ளியூர்
ஆகிய நகரங்களில்
சுற்றிக் கொண்டிருப்பதாகக் கேள்வி.
ஏதோ கொளுத்திப் போடுகிறேன்
என்றெண்ணவேண்டாம்.
நாளை பொற்குவியல் நிச்சயம்.

பாக்கியலட்சுமி - ஒரு இல்லத்தரசியின் கதை

ஜெனியை,
செனி என்றழைக்கும் செல்வி.
'நான் என் வைஃப் பாக்யாவதான் டைவர்ஸ்
பண்ணேன் பிள்ளைங்கள இல்ல..'
என ஓயாமல் சொல்லும் கோபி.
'சரியான மானங்கெட்ட பய..'எனத் திட்டும் கோபியின்
அப்பா ராமமூர்த்தி..
'நான் இருக்கற வரைக்கும் இந்த வீட்டில இது
நடக்காது..
'என்று கத்தும் ராமமூர்த்தியின் மனைவி ஈஸ்வரி
'என்ன கேள்வி கேக்கற உரிமை உங்களுக்கு இல்ல...'
கோபியின் இரண்டாவது மனைவி ராதிகாவிடம்
எதிர்த்துப் பேசும்
கோபியின் பெண் இனியா (எ) லட்டு.
மனைவிஅமிர்தாவுக்காக உருகும் எழில்.
திருமணமாகாத இளம்பெண்ணிடம்
மாட்டிக்கொண்டுமுழிக்கும் பொறுப்புள்ள
கணவன்செழியன்.
தொழிலபதிகராக வந்து
பாக்யாவுக்கு உதவிசெய்யும் பழனிச்சாமி...
எத்தனை விதமான கதாபாத்திரங்கள்...
இராமாயணம், மகாபாரதம்,
சிலப்பதிகாரத்துக்கு இணையாக சம்பவங்கள்,
திருப்பங்கள்...
தமிழர்கள்
பாக்கியம் செய்தவர்கள்...

துள்ளுவதோ இளமை

மாடு பிடி பயிற்சியாளர்
ஒருவரிடம் போனேன்.
"எனக்கும் மாடு பிடிக்கக் கற்றுக் கொடுங்கள்".
மேலும் கீழும் பார்த்தார்.
"இந்த வயசுக்கு மேல எதுக்கு சார்...
இதெல்லாம் சின்ன பசங்க
விளையாடுற விளையாட்டு"
விடவில்லை நான்.
என் மனம்
எப்போதும் இளமை தான்.
ஓடினால் லேசாக மூச்சு வாங்குகிறது என்பதற்காக
வயதாகி விட்டதாகிவிடுமா?
"கொம்பைப் பிடிக்கணுமா?"என்றேன்.
"ஐயையோ குடல் கிழிஞ்சிடும் சார்..
விபரம் புரியாத ஆளா இருக்கிங்களே" என்றார்.
கதையை நீட்டிக்க விரும்பவில்லை நான்.
கடைசியில் இப்படி முடிவானது.
சரித்திரத்தில் என் பெயரும் நீடித்து நிலைக்க
வேண்டுமே என்பதற்காக
இரண்டு மாடு பிடி வீரர்களுக்கு என் பெயரில்
எவர்சில்வர் அண்டா,
பிளாஸ்டிக் சேர்,
பித்தளைப் பாத்திரங்கள் தருவதாக
ஒப்புக் கொண்டேன்.

நமக்கு நாமே

தம்முடைய படைப்புகளை
வேறு யாரும் வெளியிட மாட்டார்கள் என்பதனால்
சில எழுத்தாளர்கள்
தாமே பதிப்பகம் ஆரம்பித்துவிட்டனர்.

என் கதையும் அப்படித்தான்.
எனக்காக வேறு யாரும்
கவிதை எழுத மாட்டார்கள் என்பதனால்
நானே எழுதிக் கொள்கிறேன்.

நினைப்பது நிறைவேறும்

இந்த உலகத்தின் மீதான என் அக்கறை மகத்தானது.
மக்கள் பசி, பிணி, மூப்பு நீங்கி
சுபிட்சமாக வாழ வேண்டும்
என்பதே என் அவா.
இந்த ஆசையை என் மனைவியிடம் சொல்லமுடியாது.
நண்பர்களில் பாதி பேர்
தண்ணியடித்துவிட்டு உளறுபவர்கள்.
அரசாங்கத்திடம் சொன்னால்
அது சிரிக்கிறது
"எங்களுக்கில்லாத அக்கறை உனக்கா"
இதெல்லாம் ஒரு ஆசையா எனச் சிலர் கேட்கின்றனர்.
இந்த உலகம் மேன்மையுற வேண்டும் என
நினைப்பது தவறா?
பிராக்டிகலாக இருக்க வேண்டுமாம்..
நான் கற்பனாவாதியாம்.
முடிவு செய்கிறேன்.
ஒருவனை அழைக்கிறேன்.
உன் பசி தீர்ந்துவிட்டது என்கிறேன்.
அவன் மகிழ்ச்சியாகச் செல்கிறான்.
இன்னொருவனிடம்
உன் வியாதி குணமாகிவிட்டதென்கிறேன்.
உண்மையிலேயே
அவனுக்குக் குணமாகிவிட்டது.
வேறொருவனுக்கு
மரணமில்லா பெருவாழ்வு அளிக்கிறேன்.
நான் நினைக்கிறேன்.
அது நடக்கிறது.
என் கனவனைத்தும் நிறைவேறிவிட்டது.

ஒரே நாளில் பிறந்தவர்கள்

விவேகானந்தர் பிறந்து
105 ஆண்டுகள் கழித்து
அதே நாளில்
தமிழ்நாட்டில் உள்ள ஒரு சிற்றூரில்
ஒரு மனிதன் பிறக்கிறான்.
விவேகானந்தரோ
சரித்திரத்தில் வாழ்கிறார்.
இவனோ ஆதார் அட்டையின் வாயிலாக
சாதாரண மனிதனுக்கான
அதிகாரத்தைக் கைப்பற்றுகிறான்.
30 வயதிலேயே விவேகானந்தர்
அமெரிக்கா சென்று விட்டார்.
55 வயதாகியும்
இவனிடம் பாஸ்போர்ட் கூட இல்லை.
அந்த மகானுக்கும் தன் மகனுக்கும்
ஏணி வைத்தாலும் எட்டாது என
இவன் தந்தை மட்டும்
கணித்திருக்க வேண்டும்.
அதனால்தான்
வேறு ஏதோ
ஒரு தேதியைப் போட்டு
இவனைப் பள்ளியில் சேர்த்துவிட்டிருக்கிறார்...

விளாசல்

இனி ஒரு விதி செய்வோம்
என்கிறான் பாரதி.
விதி என்பது
இருப்பது என
எண்ணிக் கொண்டிருந்தோம்.
அதைச் செய்ய வேண்டுமாம்.
அடுத்த வரி
அதை எந்த நாளும் காப்போம்.
அதாகப்பட்டது விதியை நான் மாற்றுவேன்..
ஆனால் என்னுடையதை யாரும் மாற்ற முடியாது.
தனி ஒருவனுக்கு உணவில்லையெனில்....
ஓஹோ ஏதோ பெரியதாகப் போராடப் போகிறார்
மனுஷன் என்று பார்த்தால்
ஜகத்தினை அழித்திடுவோம் என்கிறார்..
பலே பலே...
ஜகமே அழியப் போகிறது..
விதியும் அப்போது அழிந்துவிடும்...
இதில் எங்கிருந்து காப்பது?
SKY மட்டை வீசுவது போலுள்ளது.
கச்சா முச்சாவென
கவிதை பறக்கிறது...

மாடல் மனிதன்

ஆளுக்கு ஆள் ஒரு மாடலை உருவாக்குகிறார்கள்.
நானும் எனக்கான மாடலை
உருவாக்கிப் பார்க்கிறேன்.
டிப் டாப்பாக உடை அணியலாம்.
அதற்கும் முன்
தொள தொளா பேண்டை
சரி செய்ய வேண்டும்.
அலுவலகத்தில் தூங்குவேன்.
நிச்சயம் நானொரு
மாடலாக இருக்க முடியாது.
விடுமுறை தினத்தன்று
மனைவி, குழந்தைகளை
வெளியே அழைத்துச் செல்லாதவனெல்லாம்
ஒரு மனுஷனா?
எனக்கென சங்கம், கோஷம், கொடியென
எதுவுமில்லை.
இதில்
எங்கிருந்து மாடலை உருவாக்குவது?
உயிரோடு இருப்பவர்களை
இலக்கிய மாடல் என
ஒருவரும் ஒத்துக் கொள்ள மாட்டார்கள்.
பெண்ணாக இருந்தாலாவது
பெயரளவில் மாட்லாக இருக்கலாம்.
அதுவும் போச்சு.
ஆக, நான் யாருக்கும் மாடல் இல்லை.
இதற்கு மேல் எந்த முயற்சி எடுத்தாலும் அது வீண்தான்.
நீங்கள் பின்பற்ற வேண்டிய ஆள் நிச்சயம் நானில்லை.
போய்விடுங்கள்.

பூரணம்

என்னால்
ஒரு கட்சிக்கு விசுவாசமாக இருக்கமுடியாது.
அது இனிமேல்தான் தொடங்கப்பட வேண்டும்.
என்னால்
ஒரு மதத்துக்கு விசுவாசமாக இருக்க முடியாது.
அது உருவாகவே இல்லை இன்னும்.
எனக்கென ஒரு சாதி உள்ளது.
அதை பெயரளவுக்கு நான் பயன்படுத்துவதோடு சரி.
இந்தியா கிரிக்கெட்டில் ஜெயிக்க வேண்டுமென
நினைப்பேன்.
ஆனால் மற்ற நாடுகள் மீது
பிரியமில்லை என்றில்லை.
எல்லாவற்றின் மீதும்
விசுவாசமாக இருப்பது சாத்தியமில்லை.
ஆனால்
உண்மைக்கு விசுவாசமாக இருந்தாக வேண்டும்.
கட்சி, மதம், சாதி, நாடு எல்லாம்
உண்மையின் ஒரு பகுதியாக மட்டுமே உள்ளன.
அதுதான் பிரச்சனையே...

கரைசல்

என்னால்
ஆயிரம் காதல் கவிதைகள்
எழுத முடியும்.
ஆனால் எனக்கென ஒரு காதலியும் இல்லை.
என் அதிகாரியை
மனதில் நினைத்துக் கொண்டால்
ஒரு காப்பியமே எழுதலாம்.
மகா அயோக்கியன்.
மசிதான் காணாது.
மனைவி பெயரில்
ஒரு துணுக்கு தேறும்.
சிரிப்புதான்.
அரசாங்கத்தை நினைத்தால்
கவிதை வரவில்லை.
கண்ணீர்தான் வருகிறது.
எழுதாமலும் இருக்கலாம்தான்.
என்ன ரசிகர்கள் ஏமாந்து விடுவார்கள்.
மேலும் ஏதாவது எழுதினால்தான்
சாகித்ய அகாதமி தருவார்களாம்.
கடலில் கரைத்த பெருங்காயமாக
கரைய விடுகிறேன்.
எங்காவது போய்
முட்டிக் கொண்டு நிற்கட்டும்.

தபசி (எ) புக்கோவ்ஸ்கி

புக்கோவ்ஸ்கி
இறந்த வருடத்தில்தான்
என் முதல் கவிதைத் தொகுப்பு வெளியானது.
இதற்காக புக்கோவ்ஸ்கி ஆவியாக வந்து
என்னைக் கவிதை எழுத வைத்தார் என்றெல்லாம்
அர்த்தமில்லை.
மேலும்
அவர் விட்டுச் சென்ற இடத்திலிருந்து தொடங்க
எத்தனை பேர் காத்திருந்தனர்.
நவீனத்துவத்தை
புக்கோவ்ஸ்கி ஒரு படி
முன் எடுத்துச் சென்றார் என்பது மட்டும் நிச்சயம்.
இன்று புக்கோவ்ஸ்கி உயிருடன் இருந்தால்
நவீன பாடு பொருளையும்
பாடு தன்மையையும்
வேறு தளத்திற்கு நகர்த்தியிருப்பார்.
இதோ 2023.
என்னுடைய பன்னிரெண்டாவது கவிதைத் தொகுப்பு
வந்துவிட்டது.
இவ்வளவு நாளாய்
இந்த சந்தேகம் இல்லை.
இப்போது வர ஆரம்பித்திருக்கிறது.
ஒரு வேளை
புக்கோவ்ஸ்கியின் ஆவி
என்னுள்ளும் சேர்ந்திருக்குமோ?

வாழ்ந்தவர் வரலாறு

ம.பொ.சி பற்றி எத்தனை பேருக்குத் தெரியும்?
ஆறாம் வகுப்பு படிக்கும் சிறுவனுக்குத் தெரியுமா?
பன்னிரெண்டாம் வகுப்பு பயிலும் மாணவனுக்கு?
பட்டப் படிப்பு முடித்த இளைஞனுக்கு?
தமிழக அரசின் உயர் பதவியில் இருப்போருக்கு?
அது சரி, அரசியல்வாதிகள் எத்தனை பேருக்கு
அய்யா
ம.பொ.சி பற்றித் தெரியும்?
இன மொழி உணர்வு என்றால்
என்ன எனக் காட்டிய ஒரு கூட்டம்.
மீசையில் கம்பீரம் காட்டினானே ஒரு தமிழன்...
பேச்சிலும், எழுத்திலும்தான்..
மதராஸ் மனதே என்ற கோஷத்திடையே
தலையைக் கொடுத்தேனும் தலைநகரைக் காப்போம்
என முழங்கியவன் அல்லவா?
சிலம்பின் பெருமையை ஊரறியச் செய்த
அறிஞனல்லவா...
வரலாறு தெரியாமல் யாம் வாழ்வது
பிழையில்லையோ...
சொல் தமிழே....

அருவினை என்ப உளவோ

இன்று நான்
ஜென் டீ அருந்தப்போகிறேன்.
ஜென் டீ என்றால் ஒன்றுமில்லை.
டாடா டீயை நீரில் போட்டு சர்க்கரை போட்டு
வடிகட்டி அருந்துவதுதான்.
பிரச்சனை என்னவென்றால்
நான் இதை வெகுகவனமாகத் தயாரிக்க வேண்டும்.
சரியான பொருட்கள்
தேர்வு செய்வதிலிருந்து
தொடங்குகிறேன் இப்பணியை.
கவனமாக
அடுப்பைப் பற்ற வைக்கிறேன்.
தண்ணீரைச் சூடாக்குகிறேன்.
டீதூளைப் போடுகிறேன்.
சர்க்கரை சேர்க்கிறேன்.
ஜென் டீ கொதிக்கிறது.
மணம் நிறைகிறது எங்கும்.
எப்படியும் நரை திரை விழும் முன்பாவது
டீயை வடிகட்டி விட மாட்டேனா?

அடுத்த ஞாயிறு வரை...

ஒரு ஞாயிற்றுக்கிழமை முடிந்துவிட்டது.
கர்த்தரும்
அவர் வேலையைப் பார்க்கப் போய்விட்டார்.

பற்றுக...

எல்லாக் கற்பனைகளும் உங்களுக்குச் சுகமளிக்கின்றன.
பின்னிப் பின்னி பேசுகிறீர்கள்.
ரசம் சொட்டச் சொட்டப் பாடுகிறீர்கள்.
பெண்களை ஆஹா ஓஹோ என்கிறீர்கள்.
காதலை சிலாகிக்கிறீர்கள்.
காமத்துக்குச் சாயம் பூசுகிறீர்கள்.
என்னிடம் ஒரு கற்பனையும் இல்லை.
பழுக்கக் காய்ச்சிய இரும்புத் துண்டாக
யதார்த்தம் என் கையில்.
பல்லைக் கடித்துக் கொண்டு
இறுகப் பற்றிக் கொள்கிறேன்.

இருப்பவர்

இன்று
தந்தையர் தினம் என்கிறார்கள்.
நான் என் தந்தையைப் பற்றி
எதுவும் பேசப் போவதில்லை.
எழுதப் போவதில்லை.
என் வழியாக
அவர் பேசிக் கொண்டிருக்கிறார்.
எழுதிக் கொண்டிருக்கிறார்.

நன்றாக வந்தாய்

என் நம்பிக்கைகள் வடிந்த போது
நீ வந்தாய்
பூ என்றாய்
தென்றல் என்றாய்
நானும் நம்பினேன்
இப்போது
முள் என்கிறாய்
புயல் என்கிறாய்
அதையும் நம்புகிறேன்
இன்னும் என்னென்ன
சொல்லப் போகிறாயோ?
நம்புவதற்குதான்
நான் ஒரு இளிச்சவாயன் இருக்கிறேனே.

கனவல்ல நிஜம்

ஒரு கனவை வைத்துக்கொண்டு
என்ன செய்வீர்கள்?
சிக்மண்ட் ஃப்ராய்ட்
ஆராய்ச்சி செய்கிறார்.
சிலர் 'என்ன கனவிது' என
திடுக்கிட்டு எழுந்து கொள்கின்றனர்.
சிலர் அதை
அசை போடுகின்றனர்.
வேறு சிலரோ 'எனக்கொரு கனவு வந்தது தெரியுமா' என
பகிர்ந்து கொள்கின்றனர்.
நான் என் கனவை எதுவும் செய்வதில்லை.
முதலில் அது கனவு என்றே நம்புவதில்லை.
அதை
நிஜமெனவே கருதுகிறேன்.
அதனால்தான்
இன்னும் கொஞ்ச நேரம்
தூங்கவும் முடிகிறது.

சினிமாவில் என்னமாய் அன்பைப் பொழிகிறார்கள்....

நேற்று Good night பார்த்தேன்.
நல்ல படம்.
குறட்டை என்பது குறியீடு.
குறைகளை ஏற்றுக் கொள்ளுங்கள்.
சண்டையும் சமாதானமும் தானே வாழ்க்கை.
அன்பே வெல்லும் என்கிறது படம்.
மிகச் சரி.
பிரச்சனை என்னவென்றால்
என் பிரச்சனையை நான் முதலில்
ஏற்றுக்கொள்ள வேண்டும்
(மோகனால் அது முடியவில்லை).
அடுத்தவர் அதை
ஏற்றுக்கொள்ள வேண்டும்.
அதுவும் நடக்கவில்லை.
அப்புறம் பாருங்கள்,
நாய் கூட ஏற்றுக்கொள்வதாய்க் காட்டுகிறார்கள்.
அந்த நாய்
யார் என்பதுதான் என் கேள்வி.

மகராசன் எனப்படுபவன்...

நான் தொண்ணூற்று ஒன்பது குணங்களை உடையவன்.
வெளியில் தெரியாது.
நேற்று ஒரு பிச்சைக்கார மூதாட்டி என்னிடம்
சொன்னது.
"நீ மகராசனா இருக்கணும்"
அவளுடைய இந்த தாராள குணத்தையும்
என்னுடன் சேர்த்துக் கொண்டால்
உண்மையில் நான் மகராசன்தான்.

யுத்த களம்

என் மீதான உன் கோபத்துக்கு எல்லையில்லை.
உண்மையில் நாம் அணைத்துக் கொள்ள பிறந்தவர்கள்
அல்லர்;
அடித்துக் கொள்ளவே பிறந்தவர்கள்.
அதுவும் எப்படி?
பஞ்சுத் தலையணையால் ஒருவரை ஒருவர்
சரமாரியாக.
நம்மிடையே சமாதானம் என்பது
ஏதோ சிரிப்புப் படம் பார்ப்பது போலுள்ளது.
இரண்டில் ஒன்றுதான் சாத்தியம்.
உன் ரதம்
புரண்டு விழவேண்டும் (அ)
என் வாள்
உடைந்து நொறுங்க வேண்டும்.

எல்லாம் ஒன்றுதான்

என்னிடம் பேச விருப்பமுள்ளவர்கள் பேசலாம்.
பேச விருப்பமில்லாதவர்களும் பேசலாம்.
என்னிடம் பேசத் தகுதியுள்ளவர்கள் பேசலாம்.
தகுதி என்ன தகுதி என கேட்பவர்களும் பேசலாம்.
என்னிடம் பேசத் தயங்குபவர்கள் பேசலாம்.
தயங்காதவர்களும் பேசலாம்.
என்னிடம் பேசினால்
மன ஆறுதல் கிடைக்கும் என நினைப்பவர்கள்
பேசலாம்.
நினைக்காதவர்களும் பேசலாம்.

நான் இரண்டு விதமான
மனிதர்களைப் பற்றி பேசுகிறேன்.
இருவரும் ஒருவர்தான்.
அந்த ஒருவர் என்னிடம் பேசலாம்.
பேசாமலும் போகலாம்.

நீண்டு கொண்டே செல்லும் உண்மை..

உண்மைப் பேச
எவ்வளவு
காலம் ஆகிறது உங்களுக்கு?
எனக்கு
55 ஆண்டுகளும்
அதற்கு மேலும் நீள்கிறது...

பிணைப்பு காலம்

கோடை காலத்துக்கும் நமக்குமான உறவை முறிக்க
யாரோ சதித் திட்டம் தீட்டுகின்றனர்.
மெல்லிய காற்று வீசுகிறது.
மேகம் கருத்து வருகிறது.
மழையும் பொழிகிறது.
கறாராகச் சொல்லிவிட வேண்டும்.
நமக்கும் கோடைக்கும்
எப்படியொரு பிணைப்பு இருந்ததென்று.
யாராலும் நம்மிடமிருந்து
கோடையைப் பிரித்துவிட முடியாதென்று.
'என்ன நான் சொல்வது சரிதானே'
எனக் கேட்கிறோம்
கோடையைப் பார்த்து.
அது பதில் சொல்லாமல்
வேறெங்கோ பார்க்கிறது.

ஒரு சீசன் கடந்தவர்கள்

இந்த சீசனில் என்ன கிடைத்தது என்பது
சுவாரசியமான ஒரு கேள்வி.
சிலர் நல்ல மாம்பழங்கள் கிடைத்தன என்கின்றனர்.
சிலர் பலாப்பழம் என்கின்றனர்.
ஒருவர் தேன் என்கிறார்.
எனக்கென்ன கிடைத்தது என எண்ணிப் பார்க்கிறேன்.
சில நல்ல கவிதைகள் கிடைத்தன.
புதிய வரவுகள் இழப்புகள் என
ஒவ்வொருவரும் ஒவ்வொரு மாதிரி.
ஒரு சீசன் என்பதுதான் என்ன?
முதிரும் காலமா?
முடியும் காலமா?
ஆங்கிலத்தில் seasoned என்றொரு வார்த்தையுண்டு.
பக்குவப்பட்ட எனலாமா?
ஒரு சீசன் முடிவுக்கு வருகிறது.
பிளாட்பாரத்தை
கடந்து சென்ற பிறகும்
ரயில் பெட்டியிலிருந்து
யாரோ கையசைப்பது போல் இருக்கிறதது.

அவர் அவன் அது கவிதைகள்

- அவர்
  வாழ்வின் மையத்தைக் கண்டுகொண்டார்.
  மெதுவாகவே நகர்ந்து செல்கிறார்.

- யார் எந்தத் துன்பம் செய்தாலும்
  சும்மா இருக்கப் பழகிக் கொள்கிறார்.

- தியான வழி
  அவ்வளவு எளிதில வாய்க்காது.
  அவருக்கு வாய்த்திருக்கிறது.

- அவன் வாழ்வு
  திரும் பவர முடியாத நீள்பாதை.

- மனிதர்கள்
  பல தரப்பட்டவர்களாக இருக்கிறார்கள்.
  நாமென்ன செய்யமுடியும் என்றாராம்.

- அழைத்தது இல்லறம்
  அழைப்பது துறவறம்.

- ஒரு யோக நிலை.

- பொம்மை புலிதான்.
  கண்களை வடித்திருக்கிறார்கள்.

- உடனிருந்து கொல்லும் வியாதி.
  எனினும் உடன்பட்டால்தான் வாழ்வு.

- மனிதர்களைப் பார்த்துக்
  கற்றுக்கற்று
  மனமும் மறத்துவிட்டதாம்.

- அது பாட்டும் செல்கிறது.

- கவிதை எழுதிவிட்டுக் காத்திருக்கிறார்.

- பாராட்ட யார் இருக்கிறார் ?

- ஒரு பைத்திய நிலை.

- அவன் அவரைக் கைகூப்பி தொழுகிறான்.
  அவர் சொல்கிறார். "இன்னும் நல்லா வரணும்"

- பெண்களைப் பற்றிக் கேட்டதற்கு
  மௌனம் காக்கிறார்.

- வேறொரு சமயம்
  யாரும் கேட்காமல் அவரே சொல்கிறார்
  "சக்தியல்லவா… நீடித்து நிலைத்திருக்க வேண்டும்"

- பெரியாரைப் பிழையாமை
  என்றொரு அதிகாரம் உள்ளதே என்று கேட்கிறான்.
  "பெரியாரைத் துணை கோடல் என்றாலும்
  ஒன்றுதான்.. சிற்றினம் சேராமையும் அதுதான்
  என்கிறார்

- அவனும் அவரும் உரையாடிக்கொண்டிருந்தபோது
  அது
  அவர்களையே பார்த்துக்கொண்டிருந்தது.

- ‘ஞானம் வரையறைக்குள் வாழவேண்டும்.
  பாரதிக்கு அதுவசப்படவில்லையே’
  என வருத்தப்படுகிறார்

- கூட்டாகத் தியானம் செய்வது பற்றி
  அவர் சொல்கிறார்:
  “ஊர் கூடித் தேர் இழுக்கலாம்.
  தவறொன்றுமில்லை அதில்”

- கடமை பற்றி அவன் கேட்கிறான்.
  அவர்
  ஓரிரு வார்த்தைகளில் முடித்துக்கொள்கிறார்.

- உடலில் ஓயாத வலி
  அப்படியே சாய்ந்து படுத்துவிட்டார்.

- இளைஞர்களின் வாழ்வு
  மகத்தானது என்ற பொருளில் பேசுகிறார்.

- சிவ நடனம்
  அவர் பார்வையில்
  நடனம் மட்டுமேயல்ல.

- அவன் அலுவலகத்தில்
  வேலைபளு அதிகம்.
  ஊதியம் குறைவு.
  வாழ்வின் ஒருநிலை இது.

- கிரிக்கெட் என்றால் அவனுக்கு உயிர்.

- நண்பர்கள் சேர்ந்தார்கள்.
  குடித்தார்கள்.
  கும்மாள மிட்டார்கள்
  அவனோ எதையும் தொடவில்லை..
  இட்லி, இடியாப்பம் மட்டும் சாப்பிட்டுவிட்டு
  வந்துவிட்டான்.

- பெண் விடுதலை என்று கேட்டார்கள்.
  "மிதமாக இருத்தல். மதித்தல்" என்கிறார்.

- சத்தியம் என்றால்
  என்னவென்று அறிவார்.
  ஆனாலும் தயங்கித் தயங்கிதான் கூறுகிறார்.

- 'பெண் சக்தி ரூபம்
  கண்டதைப் பார்த்து
  கண்டதைப் பேசி
  வீணடிக்கக் கூடாது என்கிறார்.

- 'ஆணுக்குக் காமம் வடிகால்.
  பெண்ணுக்கு உயிர் கலப்பு.
  கவனமாக இருக்க வேண்டுமல்லவா? என்றாராம்

- அவன்
  மருத்துவமனைக்குச் சென்றபோது
  கூட்டமிருந்தது
  பிரசவவார்டில் ஒரு சில பெண்கள்.

- விருதுபற்றியெல்லாம்
  அவர் கவலைப்படுவதில்லை.

- 'உங்களைக் கவிஞர்களின் கவிஞர்
  என்றழைக்கிறார்களே என்றதற்கு
  'அது
  அவர்கள் விருப்பம்' என்று சொல்லிவிட்டார்.

- மதுகுடிக்கத்தான் நண்பர்கள்
  காசு கேட்கிறார்கள். நன்றாகவே தெரிகிறது எனினும்
  கொடுக்காமலிருந்தால் நன்றாகவே இருக்கும்? என்கிறார்.

- மனைவிக்கு
  எப்போது குழந்தை பிறக்குமெனக்
  காத்திருக்கிறான்.

- விரல்கடித்த படியிருக்கும்
  குழந்தைப்படமொன்று
  அவனைப் பார்த்துச் சிரிக்கிறது.

- அவருடைய கவிதையில்
  ஆச்சர்யமான சிலவரிகளைக் கண்டடைகிறான்.
  பிறகு அவரே
  ஆச்சர்யமாகிப் போகிறார்

- AI காலத்தின் கட்டாயம் என்கிறார்.
  அதற்கு அவர் விளக்கம் :
  "மனிதன் எல்லாவற்றையும்
  சுமந்து கொண்டு திரிய முடியாதே..."

- வருடந்தவறாமல் வேடந்தாங்கல் செல்கிறார்.
  பறவைகள் அவரை அடையாளம் காணும்வரை
  அங்கேயே அமர்ந்திருக்கிறார்.

- வீட்டுக்குவந்த எலக்ட்ரீஷியன் கேட்டான் :
  "சார் LED பல்ப் எல்லா இடத்திலும்
  மாத்திடலாமா ?"
  "நல்லது என்றால்
  அப்படியே செய்து விடு" என்று சொல்லிவிட்டார்.

- எவ்வளவு பெரிய கயிறாக இருக்குமெனக்
  காத்திருக்கிறார்.

- வேணி என்ற பெயரை எங்கோ எப்படியெல்லாமோ
  கேட்டிருக்கிறான்.
  இப்போது கேட்டால்
  அப்பெயரில்
  ஏதோ வசீகரம் இருப்பது போல தோன்றுகிறது.

- அறையின் மூலையில்
  கரடி பொம்மை

- அதன் பிரமாண்டம்
  அவனைப் பிரமிக்க வைக்கிறது.

- அவ்வப்போது
  தன் விரல்களைச் சரிபார்த்துக் கொள்கிறார்.

- கால்வலிக்கு
  களிம்பு தடவிக் கொள்கிறார்.

- அவன்
  அறையைவிட்டு வெளியே செல்கிறான்.

- கரடிபொம்மை
  அங்கேயே இருக்கிறது.

கண்ணன் கவிதைகள்

- பாரதியின்
  எல்லாப் பாடல்களையும்
  எடுத்து விடுங்கள்
  கண்ணன் பாடல்கள்
  ஒன்று போதும்
  கவிஞன் பெயர்சொல்ல.

- கண்ணன் புகழ்பாடவாவது
  கண்ணதாசன்
  இன்னும் கொஞ்சநாள்
  இருந்திருக்கலாம்.

- சகுனிக்குச் சூது;
  கண்ணனுக்குத் தந்திரம்

- கர்ணன் படம் பார்த்தவர்கள்
  கண்ணனைத் திட்டுவார்கள்.

- கண்ணன் திரைப்பட பாடல்கள்
  42 என்கைவசம் உள்ளது.
  விருப்பமுள்ளவர்கள்
  inbox க்கு வரவும்.

- கண்ணன்
  சொல்ல மாட்டான்
  செய்து காட்டுவான்.

- கீதா உபதேசம்
  போர் சார்ந்ததல்ல;
  அரசியல் சார்ந்ததல்ல ; ஆன்மீகம் சார்ந்தது.

- திருவள்ளுவர் காட்டும் நெறியும் கண்ணன்
  காட்டும் வழியும் வேறு வேறல்ல

- இந்தக் காலத்தில்
  கம்சன் போன்ற தாய்மாமனும் இல்லை.
  கண்ணன் போன்ற
  மாப்பிள்ளையும் இல்லை.

- பிறந்தது ஓரிடம்.
  வளர்ந்தது வேறிடம்.
  ஞானியர் விதியிது போலும்.

- கிருஷ்ணகானம் போதும் —
  உலகம் தழைக்க.

- தேரோட்டி என்பவன் வழிகாட்டுபவன்.
  அப்படித்தான்
  புரிந்துகொள்ள வேண்டும்.

- கிருஷ்ணஜெயந்தியில்
  பாலகிருஷ்ணன் பாதம்
  இல்லத்துக்கழகு.

- கண்ணனுக்கு
  மாளிகை வாசமும்
  ஒன்றுதான்
  மண்தரையும் ஒன்றுதான்

- யோகத்தின் நாயகன் அவன்.
  நன்றி மறவாதவன்;
  நட்பில் தோய்பவன்.

- குழந்தையும் அவன்;
  குருவும் அவன்.

- பிறரை அழவைத்து
  வேடிக்கை காட்டுவதில் சமர்த்தன்;
  பிறர் அழுவதைக் காண சகியாதவன்.

- கண்ணனுக்கென்று
  தனியுகம் எதுவுமில்லை.
  எல்லா யுகத்திலும்
  இருப்பன் அவன்.

- அவன் ரோகிணி நட்சத்திரம்
  நானும் அதே.

- பாமா ருக்மணி.
  பாவம் கிருஷ்ணன்.

- சாபத்துக்கு
  விதிவிலக்கு யார்?

- எந்தச் சட்டத்துக்குள்ளும்
  அடைபடாதவன் அவன்.

- கண்ணன் வழிபாட்டில்
  கதிமோட்சம் காண்.

இப்போதாவது கேட்டாரே...

பேருந்து நிறுத்தத்தில்
காத்திருந்த போது
பெரியவர் ஒருவர் கேட்டார்
'தம்பி உன் கணக்கு தான் என்ன?'
என் பதிலை எதிர்பார்க்காமல்
போய்க்கொண்டேயிருந்தார்.
'என் கணக்குதான் என்ன?
அதுதானே..
என் கணக்குதான் என்ன?
அரசாங்கத்திடம் கேட்டேன்.
அது ஆதார் அட்டையைப் பார் என்றது.
அலுவலகத்தில் கேட்டேன்.
என் சம்பளம்தான் என் கணக்கு என்றனர்.
மனைவியோ
'நம் திருமண நாளல்லவோ அது' என்றாள்.
LIC முகவரோ வேறு மாதிரியான கணக்கைக்
காட்டினார்.
எப்படிப் பார்த்தாலும்
கணக்கென்ற ஒன்று இருக்க வேண்டும்.
பெரியவர் மட்டும் அந்தக் கேள்வியை
கேட்டிராவிட்டால்
கணக்கென்ற ஒன்று இருப்பதே தெரியாமல்
போயிருக்கலாம் எனக்கு.

உடலை முறுக்கியது போதும்

இன்று யோகா தினம் என்கிறார்கள்.
யோகா என்பது ஆனந்த நிலை.
ஆனந்தத்துக்கு வழிதான் என்ன?
கவலையற்று இருத்தல்.
கவலை எப்படித் தீரும்?
தாள் சேர்ந்தால்.
யார் தாள்?
தனக்குவமை இல்லாதவன் தாள்.
எனவே வளைந்து நெளிந்து உடலை
முறுக்குவதெல்லாம் சரிதான்.
அவனருளாலே அவன் தாள் வணங்குங்கள்.
வேறு மார்க்கம் இல்லை.

வசியம் செய்வது எப்படி?

நான் ஒரு வாலிபன்.
வாழ்க்கை ஒரு யுவதி.
நாங்கள் இருவரும் தினமும் பார்த்துக் கொள்கிறோம்.
குறிப்பிட்ட இடத்தில்
குறிப்பிட்ட நேரத்தில்
சந்தித்துக்கொள்ளவும் செய்கிறோம்.
ஆனால் இந்தக் காதல் மட்டும் எங்களுக்குள்
ஏனோ வந்து தொலைக்கமாட்டேன் என்கிறது.

அவசியம் பின்பற்றுங்கள்

எதிரிகளைக் கொல்ல ஒரே வழி
அவர்களை
நண்பர்களாக்கிக் கொள்வது.
நண்பர்களைக் கொல்ல ஒரே வழி
அவர்களிடம்
பேசாமலே இருந்து விடுவது

இது போதும் எனக்கு

குறைந்த பட்ச நேர்மையை எதிர்பார்க்கிறேன்
உங்களிடமிருந்து
உங்கள் பெயரையோ கைபேசி எண்ணையோ கேட்டால்
ஒன்றுகொடுங்கள் (அ)
சாரி என்று சொல்லுங்கள்.

உப்புச் சப்பில்லாத ஒருவனை நண்பனாகப்
பெற்றவர்கள்

என்னிடம் பழகுபவர்கள்
ஒரு வாரத்துக்கு மேல்
தாக்குப்பிடிக்க மாட்டேன் என்கிறார்கள்.
இத்தனைக்கும் நான் அவர்களைத்
தேவையில்லாமல் தொந்தரவு செய்வதில்லை.
மொக்கையான message களை forward செய்வதில்லை.
இரவு பதினொரு மணிக்கு online ல் இருப்பவர்களிடம்
இன்னமுமா தூங்கல என கேட்பதில்லை.
ஒருவேளை இதெல்லாம்தான் காரணமா?

இதுதான் வழி

எதிரே வந்தவரிடம்
வழி எது எனக் கேட்டேன்.
அவர் சொன்னார்:
"இப்படியே போய்
இப்படியே போய்விட வேண்டியதுதான்..."

எல்லோரும் ஜடேஜாவாக மாறுங்கள்

ஒரு மனிதன்
ஜடேஜாவாக மாற வேண்டும்.
உலகமே நினைக்கிறது.
இத்தோடு முடிந்துவிட்டது.
வாய்ப்பேயில்லை.
ஒரு சில நல்ல உள்ளங்கள்
உதடு முணுமுணுக்கப் பிரார்த்திக்கின்றன.
இது ஒரு விளையாட்டுதானே என்கின்றனர் சிலர்.
இல்லை, இது முடிவதில்லை. முடியப்போவதில்லை.
2 பந்துகளில் 10 ரன்கள் வேண்டும்.
6 பயனில்லை.
7 பயனில்லை.
8 பயனில்லை.
9 பயனில்லை.
10 க்கான சாத்தியக்கூறு
மிக மிக குறைவு.
நிகழ்த்தகவு 0.1 இருக்குமோ என்னவோ?
ஆனாலும்
அது நிகழ்கிறது.
நிகழ்த்தப்படுகிறது.
அப்படித்தான்
ஒருவன் ஜடேஜாவாக மாறுவதற்கான
சாத்தியக்கூறு மிக மிக குறைவு.
நிகழ்த்தகவு. 001 ஆக கூட இருக்கலாம்.
ஆனாலும் அது நிகழக்கூடியதுதான்.
அதைத்தான் சரித்திரம் நமக்குச் சொல்கிறது.

இங்கிவளை யான் பெறவே.

என் காதலி கறார் பேர்வழி.
தேசப் பற்று வேறு இதில்.
GST ரசீது இல்லாத எந்த ஒரு பொருளையும்
என்னிடமிருந்து பரிசாகப் பெற மாட்டேனென
அடித்துச் சொல்லிட்டாள்.

பறந்து கொண்டிருப்பவர்கள்

முன்பெல்லாம் எங்கள் ஊரில் சாலையே இல்லை.
பின் மண் சாலை வந்தது.
தார் சாலை வந்தது.
கான்க்ரீட் சாலை வந்தது.
பை பாஸ் சாலை வந்தது.
மேம்பாலம் வந்தது.
முன்பெல்லாம் சாலையில்
யாரேனும் நடந்து சென்றால்
சைக்கிளிலோ இரு சக்கர வாகனத்திலோ
உடன் அழைத்துச் செல்வர்.
இப்போது நடப்பதற்கும் ஆளில்லை.
அப்படியே நடந்தாலும்
வாகன வேகத்தைக் கூட்டி
பறந்து கொண்டிருப்பவரே அதிகம்.

இளமையின் ரகசியம்

55 வயதிலும் நான் இவ்வளவு active ஆக இருக்கிறேனே எப்படி என நண்பர்கள் வியந்து போகின்றனர். நான் எதுவுமே செய்யவில்லை.
unlimted data connection ஐ இன்றே வாங்கி விடுங்கள்.

தயவு செய்து வேண்டாமே

தோல்வி ஏமாற்றம் அவமானம் புறக்கணிப்பு என்று
எதுவுமில்லை இவ்வுலகில்.
மனிதர்கள் அப்படித்தான் இருப்பார்கள்.
தனி மனிதன் தான்
தன்னைத் தயார் செய்து கொள்ள வேண்டும்.
மனிதர்களிடம் எந்த நம்பிக்கையும் வைக்காதீர்கள்.
அவர்கள் உங்களுக்கு செட்டாக மாட்டார்கள்.
காக்கையிடமோ கழுதையிடமோ
பழக்கம் வைத்துக் கொள்ளுங்கள்.
செம்பருத்திப் பூவை தொட்டுப் பேசுங்கள்.
மேகம் செல்லும் பாதையை கவனித்துப் பாருங்கள்.
அதையும் மீறி
மனிதர்களுடன் பழக வேண்டிய சூழல் வந்தால்.
001 சதவீதம் கூட
அவர்கள் மீது நம்பிக்கை வைக்காதீர்கள்.
தேற மாட்டீர்கள்.

அதைச் செய்... இதைச் செய்

எனக்குச் சினிமாவில் நடிக்க ஆசை.
பள்ளியில் ஓரிரு நாடகங்களில் நடித்திருக்கிறேன்.
ஏதாவது வாய்ப்பிருந்தால் சொல்லுங்கள்.
இயக்குநர் என்ன சொல்கிறாரே
அதை அப்படியே செய்வேன்.
வீட்டில் இது போன்ற பயிற்சிகள்
நிறைய எடுத்துள்ளேன்.

ஏதாவது ஐடியா கொடுங்க பாஸ் ...

அமெரிக்காவை
நம் நாட்டுடன் இணைத்துவிட்டால்
எல்லாப் பிரச்சனையும்
தீர்ந்துவிடும் என்று தோன்றுகிறது.
என்ன...
நடுவில் கடல், நிலம், மலை என ஏதேதோ உள்ளதே.

நான் பாவமில்லையா?

ஏசு மிகவும் நல்லவர்.
யாராவது போய் அவரிடம்
'என்னுடைய பாவங்களைச்
சுமக்கிறீர்களா?'
என்றால்
உடனடியாகச் சரியெனச் சொல்லி விடுவார்
என்னிடம்
யாராவது வந்து
அப்படிக் கேட்டால்
அடித்தே விடுவேன்.
'என்பாவத்தைச் சுமக்கவே
எனக்குத் தெம்பில்லை.
உன்பாவம்வேறயா' என்பேன்.
நண்பர் ஒருவரிடம் கேட்டேன்
'நானும் ஏசுவைப்போல்
நல்லவனாக மாற
என்ன செய்ய வேண்டும்?'
'தேவனின் சாம்ராஜ்யத்திற்குள்
நுழைந்து வாருங்கள்...' என்றார்.
இதோ
முட்டி போட ஆரம்பித்து
இன்றோடு
ஏழுநாட்கள் ஆகிவிட்டன.
வலிதாங்க முடியவில்லை.

முன்னும் பின்னும்

என் வீடு
மூன்று புறமும்
முள் வேலிகளால் ஆனது.
பின்புறமோ
கோட்டைச் சுவர்.
எப்போதும்
பின் சுவர்
ஏறிக்குதித்துதான்
வீட்டுக்குள் நுழைவேன்
பலரும் கேட்கின்றனர்
'நீ என்ன திருடனா..
இது உன் வீடுதானே...'
முன்
பக்கமாகவே வரவேண்டியதுதானே..
சிரித்துக்கொள்வேன்.
நான் நினைத்தால்
முள்வேலிகளை அகற்றிவிட்டு
சுவர்களாக்கி விடலாம்.
செய்யமாட்டேன்.
பின்வாசல் வழியாக வருவதே
எனக்குப் பிடித்தமானது.

யாருடா நீங்களெல்லாம்...

ஐந்துகிலோ பொருளை
கூவிவிற்கிறான் ஒருவன்
வெங்காயம்
தக்காளி
பூண்டு...
ஒரு கிலோ
அரை கிலோ விலை
சொல்வதில்லை அவன்.
ஐந்துகிலோ விலைதான்.
எங்கிருந்து கற்றான் அவன்
இந்த வியாபார நுட்பத்தை?
அம்பானியிடமிருந்தா?
அதானியிடமிருந்தா?
இல்லை
ஏதேனும் IIMல்
படித்துவிட்டு வந்தானா?
ஐந்து கிலோ வாங்கி
நானென்ன
கல்யாணத்துக்கா சமைக்கப் போகிறேன்?
என் சின்னவயதில்
சட்னி செய்ய
தேங்காய் பத்தை வாங்கிவருவேன்
கடைகளில்
தண்ணீரில் போட்டுவைத்திருப்பர்கள்.
ஒரு முழுத்தேங்காய்

வாங்குபவன் பணக்காரன்.
இப்போது என்னடாவென்றால்
ஐந்து கிலோ
பிஸினஸ் செய்கிறார்கள்.
அய்ந்து கிலோ
தங்கம் வெள்ளியை
விற்க முடியுமா எவனாவது?
ஐந்து கிலோ
வெங்காயம்...
தக்காளி...
பூண்டு...
மீண்டும் கூவ ஆரம்பிக்கிறான்
இவன்களையெல்லாம்
பப்ளிக் நியூசன்ஸ் கேஸில் பிடித்து
உள்ளே போடமுடியாதா?
வேறு ஏதாவது சட்டத்தின்கீழ்
வியாபாரத்தை
தடைசெய்ய முடியாதா?
இதற்கெல்லாம் ஒரு
முடிவே கிடையாதா?
ஐந்துகிலோ
வெங்காயம்
தக்காளி..
பூண்டு...
இதோ
ஆரம்பித்துவிட்டான் மறுபடியும்.
அடேய்...
எதிர்த்திசையில்
ஓட்டம் பிடிக்கிறேன்.

திருவிளையாடல் முற்றுப்பெற்றது

படித்துறையில் அழுதுகொண்டிருந்தது பிள்ளை
பார்த்தனர்
பரமேஸ்வரனும் பார்வதியும்
'திருவிளையாடலை
ஆரம்பித்துவிட வேண்டியதுதான்'
என்றார் நம்மவர்
பார்வதி சிரித்தாள்
பாலூட்டினாள் அன்னை
அப்பா வந்து கொண்டிருந்தார்
பாட்டுபாடவில்லை குழந்தை
உறங்கிவிட்டிருந்தது.
சிவனாருக்குவருத்தம்தான் அதில்
'அவசரப்படாதீங்க..
பால் பொறுமையாதானே
வேலைசெய்யும்..'என்றாள் அம்மை
ஏதேச்சையாக
ஞானசம்பந்தன் என்றே
பெயரிட்டனர் பெற்றோரும்
'பார்த்தீர்களா.. பார்த்தீர்களா..'
என்றாள் பார்வதி
'முதல் அடிவேண்டுமானால்
எடுத்துக்கொடுக்கலாமா...' என்றார் அய்யன்
'அதெல்லாம் வேண்டாம்
அவனே பாடுவான்...' என்றாள் அம்மை
நாட்கள் உருண்டோடின
படிப்பில் சுமார்தான்
ஞானசம்பந்தன்
கணிதம் விஞ்ஞானம்தான்

என்றில்லை
தமிழில்கூடத் தேறவில்லை
தன் இருபத்தி நான்காம் வயதில்
முதல் கவிதை எழுதினான் பிள்ளை
பார்வதிக்கு உற்சாகம்
'என்ன கவிதை என்று
எட்டிப்பார்த்தனர் இருவரும்.
அது ஒரு
விளங்காத காதல் கவிதை.
உளறிக் கொட்டியிருந்தான்
ஞானசம்பந்தன்.
தலையிலடித்துக் கொண்டார்
சிவன்.

உப்புமா படலம்

அக்காவைப்
பெண் பார்க்க வந்திருந்த
மாப்பிள்ளை கேட்டார்
'பெண்ணுக்கு
உப்புமா செய்யத் தெரியுமா?'
'என்ன உப்புமாவா..?'
'ஆமாம் மூணுவேளையும் நான்
உப்புமாதான் சாப்பிடுவேன்'
கேட்டவர் விக்கித்துப் போயினர்.
அம்மாசொன்னாள்
'ஓ... நல்லா செய்வாளே..'
மாப்பிள்ளை விடவில்லை
உடனே
வேண்டுமென்றார்.
'அக்கா
பொங்கல் போல ஏதோ ஒன்றை
கிண்டிக்கொண்டுவந்தாள்.
மாப்பிள்ளை உள்ளே நுழைந்தார்
உப்புமா செய்வது எப்படிஎன
சொல்லிக்கொடுக்க ஆரம்பித்தார்.
எல்லாவற்றையும்
வீடியோ
எடுத்துக்கொண்டிருந்தனர்
வாண்டுகள்.
பெரியவர்கள்
'என்ன இது... என்ன இது' வென
தங்களுக்குள்
விசாரிக்க ஆரம்பித்தனர்.

அக்காவுக்கு
கல்யாணமாகி
அய்ந்து வருடங்களாகிவிட்டன.
உப்புமா என்றால்
இன்றளவும்
முகம் சிவக்கிறாள்.

ஏன் இந்த ஆட்டோக்காரர்கள் இவ்வளவு கறாராய் இருக்கிறார்கள்?

பால்பண்ணையிலிருந்து
மன்னார்புரத்துக்கு
ஆட்டோ விசாரித்தேன்.
'150 ரூபாய் சார்' என்றார்
120 க்கு வரலாமே என்றேன்
'அதெல்லாம் இல்லை சார்
150 ன்னாவாங்க..'
வேறு வழியில்லாமல்
'சரி எடுங்க..' என்றேன்
இறங்கி
5 நிமிடம் கழித்துதான்
கவனித்தேன்.
பர்ஸ் காணவில்லை
4000 சொச்சமும்
பலகார்டுகளும் இருந்தன.
எங்கே எப்படிப்போய்த் தேடுவதென
நின்று கொண்டிருந்தேன்.
ஆட்டோக்காரர்
திரும்பிவந்து கொண்டிருந்தார்.
'சார்..
பர்ஸ் விட்டுட்டிங்க போலிருக்கு..
இந்தாங்க செக் பண்ணிக்கங்க...'
'ரொம்ப தேங்க்ஸ்... ரொம்ப தேங்க்ஸ்..'
அசடு வழிந்தேன்.
சட்டெனத் தோன்றியது
ஒரு 500ரூபாயை நீட்டினேன்.
'அதெல்லாம் வேணாம் சார்..

ஒரு 50 ரூபாய் மட்டும் கொடுங்க..
ரிடன் வந்ததுக்கு
பெட்ரோல்சார்ஜ்..'
தயக்கத்துடன் கொடுத்தேன்
வாங்கிக்கொண்டு பறந்துவிட்டார்.

அனுபவ வேர்

நான் சிறுவனாக இருந்த போது
அந்தரத்தில் ஒரு செடி நட்டேன்
அதன்வேர்மட்டும்
என் தலையில் வளர ஆரம்பித்தது.
இப்போது செடி
நன்றாகவே வளர்ந்து
மரமாகிவிட்டது.
வேர்கள்
ஆழமாகச்
சென்றுகொண்டிருக்கின்றன —
என்னுள்.
என்ன
எப்போதாவது
வயிற்று வலி வரும்
Digene குடித்துக்கொள்வேன்.

அம்மா பேச்சை அநியாயத்துக்குப் பின்பற்றுபவள்

காலை பத்து மணிக்கு
வீட்டுவாசல் பெருக்கி
தண்ணீர்த் தெளித்து
கோலம்
போட்டுக்கொண்டிருந்தாள்.
அருகே சென்ற நான்
'இந்த நேரத்தில் என்ன..
எதாவது
சாமி ஊர்வலம் வருகிறதா...' என்றேன்
'இல்லையில்லை..
என் அம்மா சொல்லியிருக்கிறாள்
காலையில் வீடுவாசல் தெளித்து
கோலமிட்டால்தான் லட்சுமி தங்குமாம்..'
'அதிகாலை என்று
அம்மா சொல்லவில்லையா'
என்று கேட்க வந்தவன்
வாயை அடக்கிக்கொண்டு
வந்த வழியே திரும்பிவிட்டேன்.

பணி நிமித்தம்

எனக்கு அரசாங்கப் பணி
குப்பைக் கொட்டுவதுதான்
என்வேலை.
கொட்டக்கொட்ட
குப்பை வந்துகொண்டே இருந்தது.
ஒருநாள்
மேலதிகாரியிடம் கேட்டேன்.
'என்ன சார் இது?'
அவர் சொன்னார்
'நானும் உன்னைப் போலத்தான்
பலவருடங்களாக
குப்பைக்
கொட்டிக்கொண்டிருக்கிறேன்.
என்ன செய்வது?'
'சரிங்க சார்..
நீங்க உங்க வேலையைப் பாருங்க..'
நகர்ந்துவிட்டேன்.

கொடை

பிறக்கும்போதே
கவச குண்டலத்துடன்
பிறந்தான் என் அக்கா பையன்.
மருத்துவமனைக்கு
வந்த உறவினர்கள்
'அடடா... இவன் கர்ண பரம்பரை
இவனிடம் கொடுப்பது தகாது'
என்று கூறி
தர இருந்த நூறு இருநூறையும்
கொடுக்காமலே சென்றுவிட்டனர்.
பையனுக்கு நாலு வயது ஆனது
செலவு கூடிக்கொண்டே போனது
பார்த்தாள் அக்கா
கவச குண்டலத்தை
கழற்றி விற்றுவிட்டு
பையனை
எல்.கே.ஜியில் சேர்த்துவிட்டாள்.

இதுபோதும்

எளிமையாக வாழவே
எனக்கு ஆசை
அதற்காக
ஓலைக்குடிசையிலா
வசிக்க முடியும்?
சின்னதாக
ஒரு பங்களா கட்டிக்கொண்டேன்.
கால் வலி.
ரொம்ப தூரம் நடக்கமுடியாது.
எனவே கார் அவசியம்
ஊரில்
ஆற்றிலும் குளத்திலும்
குளித்துப் பழக்கப்பட்டவன்.
ஒரு நீச்சல்குளம்கூட
இல்லாமல் எப்படி?
வீட்டில்
தங்க ஆபரணம் இருப்பதுகூட
அதுமங்களம் என்பதால்தான்.
சந்ததிகளை அப்படியே
விட்டுவிடமுடியுமா என்ன?
அவர்கள் பெயரில்
சொத்து இல்லாவிடால்
திட்டமாட்டார்களா?
அசையா சொத்துக்களும்
முதலீட்டுப் பத்திரங்களும் இல்லாவிட்டால்

வியாபாரம்
விருத்தியாவது எப்படி?
மற்றபடி
நான் எளிமையானவன்தான்.
இன்றுவரை அணிவது
கதர்வேட்டி சட்டைதான்.

சட்ட வல்லுநர்களின் கனிவான கவனத்திற்கு

அரசியலமைப்பின்படி
குடியரசு தலைவர் பெரியவரா
பிரதமர் பெரியவரா (அ)
கவர்னர் பெரியவரா
முதலமைச்சர் பெரியவரா
என்றெல்லாம்
விவாதங்கள்
போய்க் கொண்டிருக்கின்றன.
ஒரு வீட்டை எடுத்துக் கொள்ளுங்கள்.
கணவன் பெரிய ஆளா
மனைவி பெரிய ஆளா என்று
எப்போதாவது விவாதம் நடந்திருக்கிறதா?
அன்றாட வாழ்க்கைதான்
எவ்வளவு எளியது பாருங்கள்.

பதினெட்டாம் படியென்பது

பாராட்டுக்கு ஏங்குபவர்களை
உலகம் முழுக்க காண்கிறேன்.
இந்த நிலை கடந்து விட்டவன்
ஞானத்தின் முதல் படியில் நிற்கிறான்.
இரண்டாவது படி என்பது
திட்டு வாங்கினாலும்
பொறுத்துக் கொள்வது.
இப்படியே இன்னும்
பதினாறு படிகள் ஏற வேண்டும்.

ஒரு வழிப் பாதை

செடிக்கு ஒரு குவளை நீர் ஊற்றினால் ஒரு பூ உறுதி.
மனிதர்களுக்கு உதவி செய்து பாருங்கள்.
ஒன்று அவர்கள் விலகி விடுவார்கள் (அ)
எதிரியாக மாறவும் வாய்ப்புண்டு.
இதற்காக மனிதர்களுக்கு உதவாதீர்கள்
என்று சொல்ல மாட்டேன்.
எதிர்பார்த்து ஏமாந்து போகாதீர்கள்.
போய்க் கொண்டேயிருங்கள்.

நம்பினோர் கெடுவதில்லை

நம் நாட்டில்
டாக்டர்களைவிட
ஹுலர்கள் அதிகம்.
ஒரு படிப்பும் தேவையில்லை.
சும்மா அப்படியே
பழகிக்கொள்ள வேண்டியதுதான்.
மருத்து மாத்திரையெல்லாம் எதுவுமில்லை ஹுலிங்கில்.
பார்த்தவுடன் ஹீல் செய்பவர்கள்
பக்கத்தில் வந்து செய்பவர்கள்
ஆளைப் பார்க்காமலே
Distant healingம் செய்யும் வகையறா
எனப் பலர் இருக்கின்றனர் இதில்.

அப்புறம்
நம் பாதிரியார்கள்.
அவர்களும் ஹீலர்கள்தாம்.
பைபிள் வசனத்தின் வாயிலாக
மனதுக்கு என்னமாய்
ஒத்தடம் கொடுக்கிறார்கள்.

சொல்லப் போனால் நானும்கூட
ஒரு ஹுலர்தான்.
என்ன, நம்பிக்கை இல்லையா உங்களுக்கு?
பார்த்தீர்களா?
இதுதான் பிரச்சனையே.
நம்பிக்கை இல்லையென்றால்
ஹீலிங் work out ஆகாது.

கொண்டாட்டம் என்பது உணவில்லை, தவம்...

கறி பிரியாணிக்கும்
பண்டிகைகளுக்கும்
என்ன சம்பந்தமென்று புரியவில்லை.
யார் ஆரம்பித்தது
எங்கு குறிப்புள்ளது என்பதெல்லாம் தெரியவில்லை.
எங்கள் தவ வகுப்பில்
பல மதத்தினரும் வருவார்கள்.
சுவாமிஜியிடம்
ஏன் புலால் உணவு குறித்து
ஏதும் சொல்ல மாட்டேன் என்கிறீர்கள் என்பதற்கு
சிரித்துக் கொள்வார்.
சொன்னால்
நீங்களும் நானும் மட்டும்தான்
இருக்க வேண்டும் என்பார்.
தொடர்ந்து தவம் செய்து வாருங்கள் என்பது மட்டுமே
அவர் அறிவுரையாக இருக்கும்.
மூன்று வேளையும் அசைவ உணவு உண்டவர்கள்
ஆறு மாதத்திற்குப் பிறகு
இட்லி சாம்பார் போதுமென
கூறக் கேட்டிருக்கிறேன்.

அத்வைதம் என்பது...

சிலர் கனவுக்காக
வாழ்க்கையைப் பணயம் வைப்பார்கள்
சிலர் வாழ்க்கைக்காக
கனவைப் பணயம் வைப்பார்கள்
சிலருக்கு
வாழ்க்கை கனவு
எல்லாம் ஒன்றுதான்
உண்ண உணவு வேண்டும் அவர்களுக்கு
உடுக்க உடை வேண்டும்
படுக்க பாய் வேண்டும்

எங்கே அவர்

- தனக்கும்
  கவிதைக்குமான தூரத்தை
  கவிதையின் மூலமாக
  கடந்து செல்கிறார் நகுலன்

- கெட்ட பின்பு ஞானி
  என்று சொன்னதற்கு
  நகுலன் சொன்னது
  அப்போது கெட்டுப் போவதற்கான
  ஞானம்
  எதில் சேர்த்தி?

- கடவுள்
  நம்பிக்கை
  இரண்டு வார்த்தைகளை
  வைத்துக் கொண்டு
  இரண்டு பக்கங்களுக்குக்
  கவிதை எழுதுகிறார்

- நகுலனுக்கு
  ஆங்கிலம் தெரியாது
  தமிழ் தெரியாது
  கண் தெரியாது
  கவிதையும் தெரியாது

- கண்ணாடியை
  கழற்றி விட்டு
  யார் என்று பார்ப்பதற்குள்
  வீட்டுக்குள் வந்துவிட்டார்
  வாசலில் நின்றவர்

- சைக்கிளும்
  மதுவும்
  நாயும்
  நண்பர்களாய் பெற்றவர்
  எத்தனை பேர்?

- கண்ணாடியில்
  தன் பிம்பம்
  தலை கீழாகத்
  தெரிய வேண்டும் என்பதற்காக
  நேராக நகர்கிறார் நகுலன்

- நகுலனுக்கு
  தர்பார் வேடம் பொருந்தவில்லை
  தோட்டியாக வருகிறார்

- எவ்வளவோ முயற்சி செய்தும்
  திருவனந்தபுரத்துக்கும்
  நாகர் கோயிலுக்குமான
  தூரத்தை
  கடக்க முடியவில்லை அவரால்

- சீட்டுக் கட்டை
  விரித்துப் பிடித்திருக்கும்
  நகுலனின் கை
  ஏன் இப்படி நடுங்குகிறது?

- வையத்துள்
  வாழ்வாங்கு வாழ்பவன்
  தான் இல்லை என
  தண்ணியடித்து விட்டு
  உளறுகிறார்

- நாய்களும்
  நரிகளும்
  புலிகளும்
  புழுக்களும்
  தட்டான்களும்
  தவிட்டுக் குருவிகளும்
  வாழும் இடத்தில்
  மனிதனுக்கு
  ஏது இடம்
  என்கிறார் நம்மவர்

- எந்த
  எறும்பின் மீதும்
  தன் வாகனம்
  ஏறி விடக் கூடாதே என்பதற்காக
  சைக்கிளை
  தள்ளிக் கொண்டு செல்கிறார்

- எல்லாவற்றுக்கு பின்னாலும்
  ஒரு பயம்
  அவ்வுணர்வு இல்லாவிட்டல்
  சுசீலா இன்னேரம்
  மஞ்சள் சரடுடன்
  தழையத் தழைய
  புடவை கட்டி
  வளைய வந்துகொண்டிருப்பாள்

- கதவைத் திறக்காமலே
  நகுலன் சொன்னது
  சுசீலா போய்விடு

- பிராந்திக் கசப்பின் முன்
  மல்லிகை மணம்
  எம்மாத்திரம்?

- நவீன கவிதையில்
  வார்த்தை ஜாலத்துக்கு
  இடமில்லை
  என்று சொன்ன
  நகுலனின் வார்த்தை ஜாலமோ
  மகத்தானது

- நகுலன்
  உண்மைக்குப் புறம்பாக
  எதையும் சொல்லவில்லை
  சொல்லப் போனால்
  அவர்
  உண்மையைக் கூட சொல்லவில்லை

- ஊருக்கு ஒரு நகுலன் என்றால்
  உலகம் தாங்குமா?

- நகுலனுக்குப் பின்னால்
  சில வெற்றுப் புள்ளிகள்
  முன்னே காவலர் கூட்டம்

- இரவில் கண் விழித்தவர்
  தவியாய்த் தவிக்கிறார்
  அருகே யாருமில்லை
  சுசீலா கூட இல்லை

- எண்ணப் பருக்கைகளை
  வான் வெளியில்
  வீசி எறிகிறார்
  காகித காக்கைகள்
  அவற்றைக் கொத்தித் தின்கின்றன

- நகுலன் இறந்த பிறகு
  அவருடைய கவிதைகளை
  அவருடைய வாரிசுகள்
  ஆளுக்கு ஒன்றாய்
  பிரித்துக் கொண்டார்கள்

- காரணமில்லாமல்
  உளறுவதில்லை நகுலன்

- கிளிக்கும் இது தெரியும்

- நகுலனின் மரண வாக்கு மூலம்
  ஒரு காற் புள்ளியளவுக்கு
  சுருங்கியுள்ளது

- ஹிட்லரும்
  நகுலனின்
  சம காலத்தவரென
  வரலாறு சொல்கிறது

- நகுலனின் கவிதைகள்
  எனக்கு பைபிள்
  என்றார் நண்பரொருவர்
  எனக்கு தூக்கி வாரிப்போட்டது

- எழுத்து மழையில்
நனைந்த படியே
வீட்டுக்குள் வந்த
நகுலனை
கடிந்தபடியே
தலை துவட்டி விடுகிறாள் சுசீலா

- திரிசடையிடமிருந்து
நகுலன் பிரிந்தது எப்போது?

- நகுலனின் கண்ணாடிக்கும்
நவாபின் குல்லாய்க்கும்
என்ன சம்பந்தம்?

- நகுலனைச் சாகடித்தவர்கள்
அவர் சம்மதம் கேட்டனரா?

- ஒரு சம்பவம்
நகுலனின் வழ்ழ்கையைப்
புரட்டிப் போட்டது
அதை
சம்பவம் என்பதா?
சரித்திரம் என்பதா?

- கவிதை
வாழ வேண்டும்
என்பதற்காக
அவர் சாகிறார்

- கவிஞனாக வாழ்வது
கவிஞனாக சாவது
இரண்டுமே அவருக்கு அத்துபடி

- *சாரு நிவேதிதாவின்
 கவிதைகளைப் படிக்க
 நல்ல வேளை
 நகுலன் உயிருடன் இல்லை*

- *பின்னாளில்
 அவர் ஒரு
 பேராசிரியாக மாறுவர் என
 யாருக்குத் தெரியும்?*

- *உங்களுக்கு
 எவ்வளவு பென்ஷன்
 வருகிறது என்று
 நகுலனிடம் கேட்டதற்கு
 அவர் சொன்னாராம்
 "சிகரெட்டுக்கு உதவுகிறது
 நெருப்புக்கு யாரிடம் போவது?*

- *நகுலனை
 அவ்வளவு சீக்கிரம்
 முடித்துவிட முடியாது*

- *நகுலன் கடத்தப்பட்டார்
 என்ற செய்தி கேட்டு
 இலக்கிய உலகம் கொதித்தெழுந்தது*

- *வரவேற்பு அறையில் யார்?
 நகுலன்*

- என்ன ஒரு
 ஆங்கிலப் பேராசிரியர் அவர்
 கிளியை வைத்து
 ஒரு கவிதை எழுதிக்கொண்டு
 பூனையை வைத்து
 ஒரு கவிதை எழுதிக்கொண்டு

- ஒன்றும்
 புரியாத நிலையில்
 எல்லாம்
 இரண்டாகத் தெரிகிறது
 அவருக்கு

- சுசீலாவை
 வீட்டுப் பெண்ணாக
 நினைத்து மருகிய
 தவிட்டுக் குருவிக்கும்
 மஞ்சள் பூனைக்கும்
 பச்சைக் கிளிக்கும்
 முற்றத்து அணிலுக்கும்
 பாவம் தெரியாது
 சுசீலாவிடம்
 நகுலன் சொன்னது

- நகுலன் சொல்வதை
 மறு மொழி பேசாமல்
 செய்கிறாள் சுசீலா
 நகுலன் சொன்னார்
 "சுசீலா போய்விடு"
 அவள் போயே விட்டாள்

- நாரதருக்கு வீணை
  நகுலனுக்குப் பேச்சு

- சூரல் நாற்காலி
  காலியாக இருக்கிறது

- தமிழ்தான் வாழ்வு
  ஆங்கில புலமையென்பது
  அவ்வப்போது எட்டிப் பார்ப்பது

- நவீனனை
  அவர்
  சுவீகரித்துக் கொண்டார்

- நகுலன் கவிதையில்
  சமுதாய நோக்கு
  என்றொரு
  கருத்தரங்கம் நட்த்தினார்கள்
  அவர்
  கடைசி வரிசையில் போய்
  உட்கார்ந்து கொண்டார்

- இராமயணத்தை
  ரணகளமாக்கியவரல்லவா
  உங்கள் ஆள் என்றான் நண்பன்
  நான் மறுப்பேதும் சொல்லவில்லை

- 'வடிவம் வேறு
  வசதி வேறு'
  என்றவர் சொன்னதாக கேள்வி
  எங்கும் பதிவாகவில்லை

- ஒரு குப்பி மரணம்
  அவரைக் குடித்துவிட்டது

- நகுலன்
  சுசீலாவுடன்
  சம்பாஷணையில்
  ஈடுபட்டுக் கொண்டிருந்த நேரம்
  பூனை
  கிளியின் கழுத்தை
  கடித்துத் தின்றுவிட்டது

- தொழு நோயாளியான
  என் கையில்
  சுசீலாவைத் தீண்டுவேனோ என
  சித்தர் பாணியில் ஒரு கவிதை

- செத்த கிளி
  பூனையுடன்
  சல்லாபித்துக் கொண்டிருந்தது

- ஆக
  கவிதையில்தான்
  கிளி செத்ததா?

- ஒரு பிறவி மோட்சம்
  நகுலன் கவிதையில் கிட்டும்

- தான் யாராக இருக்க வேண்டுமென
  நகுலன் எதிர்பார்க்கிறார்?

- ஒரு கிளி செத்ததற்கு
  நகுலன் காரணமென்றால்
  அவர் செத்ததற்கு யார் காரணம்?

- மக்கட்பேறு அதிகாரத்தை
  மறுபடி மறுபடி
  வாசித்துப் பார்க்கிறார்

- நகுலனுக்கு
  நகைச்சுவை உணர்வே கிடையாது
  அவர்
  மூக்குக் கண்ணாடி அப்படி

- நகுலனின் கவித்துவம்
  மயக்கத்துக்குரியது
  அவரோ
  மரியாதைக்குரியவர்

- சுசீலா
  உன் பார்வையின்
  பாஷணம் பட்டு
  என் பிறவி நஞ்சு தீர்ந்தது

- இதற்கும்
  சுசீலாவிடமிருந்து
  ஒரு சிரிப்பு

- எல்லா விஷயங்களும்
  முடிந்துவிடும் போய் தோன்றுகிறது
  நகுலன் விஷயத்தில்
  அது முடியவே முடியாது போலிருக்கிறது

- நகுலனின்
 பிரதான திறமைகளுள்
 இதுவும் ஒன்று
 யார் கண்ணிலும் படாமல்
 ஒளிந்து கொள்வது

- ஒரு வாழ்க்கையில்
 இவ்வளவு துயரங்களா என
 நகுலனிடம் கேட்டதற்கு
 அவர் சொல்கிறார்
 "இவ்வளவு
 துயரங்களுக்கிடையில்
 ஒரு வாழ்க்கையா..."

- ஒன்றும் சொல்லாமல்
 நகுலன் சென்றுவிட்டார்

- கிளியைக் கொன்ற
 பாவத்துக்காக
 கடைசி வரை
 அவர்
 கல்யாணம் செய்துகொள்ளவில்லை

- நகுலன் சொன்னராம்
 யாரும் என்னைக்
 காதலிக்க வேண்டுமே
 என்பதற்காக
 சட்டையை மாற்றிக் கொள்ள முடியுமா என்ன?

- யாருக்கும்
  எந்தக் கெடுதலும்
  செய்யவில்லை அவர்
  காலம் அவரை வஞ்சித்து விட்டது

- கவிதையை
  ஆழ்ந்து சுவாசிக்கின்றன
  அவர் கண்கள்

- ஒளியும் காற்றும்
  புக முடியா இடத்தில்
  உலவிக் கொண்டிருக்கிறார்
  நகுலன்

- நகுலன் நடத்தும் கச்சேரியில்
  பக்க வாத்தியம் எதுவுமில்லை
  பாடகர் கூட இல்லை

- சும்மா இருக்கப்
  பழகி விட்டோருக்கு
  நகுலன் ஒரு சுகம்

- நகுலனுக்கு வந்த ஆபத்து
  அவர் மரணத்தோடு போய்விட்டது

- நகுலனின்
  ஒரு கவிதையும் தேறாது
  என்பதற்கு
  அவருடைய
  ஒவ்வொரு கவிதையுமே சாட்சி

- அடுத்த பிறவியிலாவது
  நல்ல கவிதைகள் எழுதுவாரா
  நகுலன்?

- எப்படியோ
  விரிந்து கிடக்கிறார் நகுலன்
  அவரை ஒழுங்குபடுத்துவது
  எளிதல்ல

- ஒரு மொழி
  நகுலனோடு
  புதைந்துவிட்டது

- என்ன பாவம் செய்தோம் நாம்?
  நகுலனின் நினைவுகளைச்
  சுமந்து திரிய?

- அரசியல் வாதிகளுக்கு
  நகுலன் பற்றித் தெரியாது
  அவர்கள் ஞானம் அப்படி

- நகுலன்
  ஒரு பதிப்பகம் ஆரம்பித்தார்
  ஒரு நூலும் அதில்
  வெளி வரவேயில்லை

- நகுலனின்
  கவித் திறனைப் பாராட்டி
  அவருக்குப்
  பண முடிப்பு கொடுத்தார்கள்
  அதை வைத்துக்கொண்டு
  என்ன செய்வதெனக்
  குழம்பி நிற்கிறார்

- பட்டு வேட்டி சட்டையுடன்
  மாப்பிள்ளை கோலத்தில்
  நகுலன்
  சற்றே தள்ளி
  தோழியர் கிண்டலடிக்க
  முகம் சிவந்தபடி சுசீலா

- சுசீலாவுக்குப் பிறகு
  எத்தனையோ பெண்கள்
  யாரையும்
  ஏறெடுத்துப் பார்க்கவில்லை அவர்

- நகுலனா
  யார் அவர்
  எனக் கேட்குமளவுக்கு
  வளர்ந்துள்ளது நம் நாகரிகம்

- புதிதாக
  எந்தச் சொல்லையும்
  கண்டு பிடிக்கவில்லை நகுலன்
  யாரோ கண்டுபிடித்த சொற்களை
  சகட்டு மேனிக்கு
  பயன் படுத்துகிறார்

- நகுலனுக்கு
  கண் சரியாகத் தெரியாது
  காது சரியாகக் கேட்காது
  ஞாபகத்தில் குழப்பம்
  நடையில் தடுமாற்றம்
  வார்த்தையில் உளறல்

எல்லாவற்றையும் தன்னுடன்
கடைசி வரை
தக்க வைத்துக் கொண்ட அவருக்கு
ஒரு சபாஷ் போடுவோம்

- கவிதையின்
கர்ப்ப கிரகத்தில்
நகுலனின் விக்கிரகம்
தலைகீழாய்க் கவிழ்ந்துள்ளது

- நகுலன் கவிதைகளை
எறும்புகள் மொய்ப்பதைப்
பார்த்தேன்

- நகுலன் வரைந்த ஓவியத்தில்
பெரும்பாலானவை
கவிதைகளாகிவிட்டன

- எவ்வளவு தூரம்
சென்றிருக்க வேண்டியவர் அவர்
அவரது மொழி
அவரை வேரறுத்துவிட்டது

- காகிதம் இருந்தால்தான்
கவிஞனா எனக் கேட்டாராம்
ஒருமுறை

- ராமனுக்குப் பட்டாபிஷேகம்
நகுலனுக்குப் பாத பூஜை

- எழுதாத கவிதை ஒன்று
  நகுலனிடம் இருந்தது
  கடைசி வரை
  அதை அவர்
  எழுதவில்லை

- மரணத்துக்கு
  மேற்கு முகமாக
  அமர்ந்திருந்தார் நகுலன்
  அது அவரை
  கிழக்கு முகமாக நகர்த்திச் சென்றது

- கண் பார்வை
  குறைந்த பிறகு
  கவிதை எழுதுவதை
  நிறுத்தி விட்டார் நகுலன்

- இரவெல்லாம்
  கண் விழித்துக் கண் விழித்து
  காத்திருந்தார்
  காலையில்
  அது அவரைக்
  கொண்டு சென்றது